D1771226

ஆல்ஃபா தியானம்

நாகூர் ரூமி

'அடுத்த விநாடி' என்ற நூலின் மூலம் லட்சக் கணக்கான வாசகர்களைப் பெற்ற நாகூர் ரூமியின் இயற்பெயர் ஏ.எஸ். முகம்மது ரஃபி. ஆம்பூரில் மஸ்ஹருல் உலூம் கல்லூரியின் ஆங்கிலத் துறைத் தலைவராகப் பணியாற்றுபவர். மாணவர்களுக்காக எழுதிய *'ஜாலியா ஜெயிக்கலாம் வாங்க ஸ்டூடண்ட்ஸ்'* என்ற நூல் பெரும் வரவேற்பைப் பெற்றது. ஹோமர் எழுதிய *'இலியட்'* எனும் மாபெரும் கிரேக்க காவியத்தைத் தமிழில் மொழி பெயர்த்திருப்பவர். கம்பனையும் மில்டனையும் ஒப்பாய்வு செய்து டாக்டர் பட்டம் பெற்றவர்.

ஆல்ஃபா தியானம்

நாகூர் ரூமி

கிழக்கு

ஆல்ஃபா தியானம்
Alpha Dhyanam
Nagore Rumi ©

First Edition: July 2007
136 Pages
Printed in India.

ISBN: 978-81-8368-419-4
Title No: Kizhakku 252

Kizhakku Pathippagam
177/103, First Floor,
Ambal's Building, Lloyds Road
Royapettah, Chennai 600 014.
Ph: +91-44-4200-9601

Email : support@nhm.in
Website : www.nhm.in

Author's Email : ruminagore@gmail.com

Cover Image © Andjelka Simic / Shutterstock

Kizhakku Pathippagam is an imprint of New Horizon Media Private Limited

This book is sold subject to the condition that it shall not, by way of trade or otherwise, be lent, resold, hired out, or otherwise circulated without the publisher's prior written consent in any form of binding or cover other than that in which it is published and without a similar condition including this the rights under copyright reserved above, no part of this publication may be reproduced, stored in or introduced into a retrieval system, or transmitted in any form or by any means (electronic, mechanical, photocopying, recording or otherwise), without the prior written permission of both the copyright owner and the above-mentioned publisher of this book.

ஆல்ஃபாவாகவும் ஒமேகாவாகவும் இருந்து
வழிகாட்டிக் கொண்டிருக்கும்
மறைந்த என் ஞானாசிரியர்
எஸ். அப்துல் வஹ்ஹாப் பாகவி
அவர்களின் நினைவுத் திருப்பாதங்களுக்கு.

உள்ளே

என்னுரை	/	8
1. துருப்பிடித்த இரும்புத் துண்டு	/	11
2. தியானம் என்றால் என்ன?	/	18
3. அதிர்வுகள் ஓய்வதில்லை	/	32
4. ஆல்ஃபாவும் ஆழ்மனமும்	/	41
5. ஆட்டோ சஜஷன்	/	49
6. சினிமா பாருங்கள்	/	65
7. உயிர் மூச்சு	/	82
8. புள்ளியில் குவிதல்	/	98
9. அசையாதே	/	105
10. ஆல்ஃபா தியானம்	/	120

என்னுரை

என் அடுத்த விநாடி நூலுக்கு எண்ணிக்கையில் வைத்துக் கொள்ள முடியாத அளவில் கடிதங்களும் தொலைபேசி அழைப்புகளும் மின்னஞ்சல்களும் வந்தன. வந்துகொண்டும் இருக்கின்றன. அந்த நூலில் நான் சொல்லியிருப்பதைப் பின்பற்றி நோய்கள் நீங்கியதாகவும், படிப்பில் முன்னேறிய தாகவும், தன்னம்பிக்கை ஏற்பட்டதாகவும் சொன்னார்கள். எனக்குச் சந்தோஷமாக இருக்கிறது. சக மனிதனுக்கு என்னா லான வகையில் உதவ முடிந்திருக்கிறது.

நான் ஆல்ஃபா சொல்லிக்கொடுத்த சில ஊர்களில் இருந்த சிலருக்கு, அற்புதங்கள் என்று சொல்லத் தக்க அளவுக்கு ஆசைகள் நிறைவேறியுள்ளன. பத்தாண்டு காலமாக ஜாதகக் கோளாறினால் திருமணமாகாமல் இருந்த பெண்ணுக்கு அவள் மனத்தில் ஏற்படுத்தி வைத்திருந்த எல்லா நிபந்தனைகளையும் பூர்த்தி செய்து, ஒரு கணவன் கிடைத்தார். 'ஐசியூ'வில் 'கோமா'வில் இருந்த தன் மாமனாருக்காக, ரயிலில் போகும்போதே ஆல்ஃபா செய்தாள் ஓர் இளம் மருமகள். அவள் நினைத்தபடியே அவள் போய்ச் சேர்ந்த உடன், அவர் கோமா நிலையிலிருந்து சாதாரண நிலைக்கு முன்னேறி சாப்பிடவும் பேசவும் தொடங்கினார்.

இப்படி நடந்து கொண்டே இருக்கிறது. இந்த நிலையில் ஏன் ஆல்ஃபா தியானத்தை விரிவான அளவில் செய்யக் கூடாது என்ற கேள்விக்கும் ஆசைக்கும் பதிலாக, செய்யலாம் என்ற முடிவுக்கு இறைவன் என்னை வரச்செய்துள்ளான்.

அதன் தொடக்கமாக ஆல்ஃபா தியானத்தை விளக்கி இந்த நூல். என்னிடம் நேரில் ஆல்ஃபா கற்றுக்கொள்ள இருப்பவர்களின் சந்தேகத்தைப் போக்குவதற்கு, இந்த நூல் நிச்சயம் உதவும். வேறு யாரிடம் கற்றுக்கொண்டாலும் உதவும். ஏனெனில் உண்மையை யார் சொன்னால் என்ன? 'அடுத்த விநாடி'யில் பல உண்மைகள், வெற்றியின் கூறுகள் பொதுவாகச் சொல்லப் பட்டுள்ளன. ஆல்ஃபா பற்றி அதில் சொல்லப்பட்டிருந்தாலும், இந்த நூல் ஒரு புள்ளியை நோக்கிய குவியலாக இருப்பது இதன் சிறப்பு.

ஜூலை 10,
சென்னை.

அன்புடன்
நாகூர் ரூமி

1. துருப்பிடித்த இரும்புத் துண்டு

புரிதலின் செவிகளுக்கு மட்டுமே
ஞானத்தின் உதடுகள் திறக்கும்
- ஹெர்மிஸ் ட்ரிஸ்மகிஸ்டஸ்

நீங்கள் மூச்சுவிட்டுக் கொண்டிருக்கும் மனிதரா அல்லது வாழ விரும்பும் மனிதரா?

இப்படி ஒருவர் என்னிடம் கேட்டார். எனக்கு அப்போது அவருடைய கேள்வியின் உள் அர்த்தங்கள் விளங்கவில்லை. மூச்சுவிடாமல் எப்படி வாழ முடியும் என்று நான் அவரிடம் திருப்பிக் கேட்டேன்.

'இங்கேதான் நீங்கள் தவறு செய்கிறீர்கள். மூச்சுவிடுதல் வேறு, வாழ்தல் வேறு' என்றார்.

'எப்படி? இரண்டுக்கும் என்ன வித்தியாசம்?'

'மூச்சு விடுதல் உயிர் வாழ்தலைக் குறிக்கும். தன்னுணர்வற்று மயக்க நிலையில் மருத்துவ மனைப் படுக்கையில் கிடக்கும் மனிதனும் மூச்சுவிட்டுக் கொண்டுதான் இருப்பான்.

ஆனால் அவன் வாழ்வதாகச் சொல்ல முடியாது. ஏனெனில் அவன் மூச்சு மட்டும்தான் விட்டுக் கொண்டிருப்பான்.'

எனக்குக் கொஞ்சம் புரிவதுபோல் இருந்தது. அவர் சொல்வது சரிதான் போலிருக்கிறது. உயிர் வாழ்தல் வேறு, வாழ்தல் வேறு. ஆமாம். ஆனால் வாழ்தல் என்று அவர் எதைச் சொல்கிறார் என்று தெரிந்து கொள்ள ஆசைப்பட்டேன். கேட்டும் விட்டேன்.

'வாழ்தல் என்று நீங்கள் எதைச் சொல்கின்றீர்கள்?'

'நீங்கள் எதைச் சொல்வீர்கள்?' என்னிடம் திருப்பிக் கேட்டார்.

நான் சற்று யோசித்துவிட்டு, 'உண்ணுதல், குடித்தல், உறங்குதல், விழித்தல், வளர்தல், படித்தல், வேலைக்குப் போதல், சம்பாதித்தல், திருமணம் புரிதல், குழந்தைகள் பெற்றுக் கொள்ளுதல் இப்படி இருப்பது' என்று சொன்னேன். அவர் சிரித்தார்.

'இப்படித்தானே எல்லோரும் வாழ்கிறார்கள்!'

'ஆமாம். இது வாழ்க்கையில்லையா?'

'இதுவும் வாழ்க்கைதான். ஆனால் நான் சொல்லும் வாழ்க்கை இதுவல்ல. நான் சொல்லும் வாழ்க்கை வேறு. அது இந்த உலக மக்கள் வாழும் வாழ்முறையிலிருந்து வித்தியாசமானது. நீங்கள் சொல்லும் வாழ்க்கை, தான் யார் என்பதைப் புரிந்துகொள்ளாத வாழ்க்கை. ஆனால் நான் சொல்வது சாதனைகள் செய்கின்ற வாழ்க்கை. தன்னை யார் என்று புரிந்துகொண்டு வாழும் வாழ்க்கை. வாழ்க்கை என்று அதைத்தான் சொல்ல முடியும். சொல்லவேண்டும். பத்தோடு பதினொன்றாக வாழ்வது 'கோமா'வில் இருப்பது போன்றதுதான். என்ன ஒரு வித்தியாசம், 'கோமா'வில் மனிதன் படுத்திருப்பான், நீங்கள் வாழ்க்கை என்று வர்ணிக்கின்ற 'கோமா'வில் அவன் விழித்துக்கொண்டும், உண்டு, உடுத்தி, இனவிருத்தி செய்து கொண்டுமிருப்பான் அவ்வளவுதான். மற்றபடி இரண்டுக்கும் பெரிய வித்தியாசமில்லை' என்றார்.

அவர் சொன்னது என் ஆர்வத்தைத் தூண்டி விட்டது. சாதனைகள் படைக்கின்ற ஒரு வாழ்க்கையை வாழவேண்டும் என்று எனக்கும் ஆசைதான். ஆனால் என்னால் அப்படி வாழ முடியுமா என்ற கேள்வி எழுந்தது. அவரிடமே கேட்டேன்.

மறுபடியும் சிரித்தார்.

'இப்போதுதானே சொன்னேன், நீங்கள் யார் என்று புரிந்து கொள்ளாத வாழ்க்கை ஒரு வாழ்க்கையே அல்ல என்று? நீங்கள் யார் என்று புரிந்து கொண்டுவிட்டால், என்னால் சாதனைகள் செய்ய முடியுமா என்ற கேள்விகள் பிறக்காது.'

'நான் யார்? நான் இன்னாருடைய மகன், இன்னார்தானே?' என்றேன்.

'உண்மைதான். ஆனால் முழு உண்மையல்ல. பகுதி உண்மை. நீங்கள் இப்போது துருப்பிடித்த இரும்புத் துண்டைப்போல இருக்கிறீர்கள். உங்களை நெருப்பில் தேவையான நேரம் போட்டு வைத்தால் என்னாவீர்கள்?'

'புரியவில்லை.'

'ஒரு துருப்பிடித்த இரும்புத் துண்டை நெருப்பில் போட்டு வெகு நேரம் வைத்திருந்தால் என்னாகும் என்று கேட்கிறேன்.'

'இரும்புத் துண்டு சூடாகிவிடும்.'

'அவ்வளவுதானா?'

'அதுவும் நெருப்புபோல சிவப்பாக ஜொலிக்க ஆரம்பிக்கும்.'

'சரியாகச் சொன்னீர்கள். அதாவது நெருப்பின் தன்மையான சூடும், ஒளியும் இரும்புக்கு வந்துவிடும். அப்படித்தானே?'

'ஆமாம்.' 'நெருப்பின் தன்மை' என்று அவர் சொன்ன பிறகு அவர் சொல்ல வருவது கொஞ்சம் புரிவதுபோல் இருந்தது எனக்கு.

'அப்படியானால், போதிய நேரம் இரும்பை நெருப்பில் போட்டு வைத்தால், துருப்பிடித்தத் துண்டானாலும் அது மாற்றமடைந்து, கிட்டத்தட்ட நெருப்புத் துண்டுபோல ஆகிவிடும், அப்படித் தானே?'

'ஆமாம்.'

'அப்படியானால் அந்த வேலையை நீங்களே உங்களுக்கு ஏன் செய்யக் கூடாது?'

'புரியவில்லையே.'

'நீங்கள்தான் அந்தத் துருப்பிடித்த இரும்புத் துண்டு. உங்களை நீங்களே நெருப்பில் எரித்துக் கொள்ளுங்கள், நீங்கள் யார் என்பது புரியும்.'

'இப்போதும் புரியவில்லை.'

'பாரதியார் பாடல்கள் படித்திருக்கிறீர்களா?' என்றார் திடீரென்று.

'ம், கொஞ்சம் படித்திருக்கிறேன்' என்றேன். ஆனால் நான் கேட்ட கேள்விக்கும் அவர் பாரதியாரை இழுத்ததற்கும் மத்தியில் என்ன தொடர்பு என்று விளங்கவில்லை.

'தீக்குள் விரலை விட்டால், நந்தலாலா, உன்னைத் தீண்டும் இன்பம் தோன்றுதடா நந்தலாலா என்று ஒரு வரி உண்டு, தெரியுமா?' என்றார்.

'ஓ, நன்றாகத் தெரியுமே.'

'அந்தப் பாட்டில் அவர் என்ன சொல்கிறார்? நம் விரலை நெருப்புக்குள் விடச் சொல்கிறாரா?'

அவர் அப்படிக் கேட்ட பின்புதான், எனக்கும் அப்படிச் சந்தேகம் வந்தது. அதுநாள்வரை அந்தப் பாடலின் அர்த்தம் எனக்கு விளங்கியிருந்ததாகவே நினைத்திருந்தேன். ஆமாம், எத்தனையோ தடவைகள் நாமே சொல்லியிருக்கிறோம், கேட்டும் இருக்கிறோம், அந்த வரிக்கு என்ன அர்த்தம் என்று யோசிக்கவில்லையே என்று கொஞ்சம் அவமானமாகக்கூட இருந்தது.

'ஒரு விஷயத்திலிருந்து, அதன் பின்னால் மறைந்திருக்கும் இன்னொரு விஷயத்தைப் புரிந்துகொள் என்கிறார். வெளிப் படையானவற்றிலிருந்து மறைவானவற்றைப் புரிந்து கொள் என்கிறார். அக்கினியிலிருந்துகூட, ஆண்டவனைப் புரிந்து கொள்ள முடியும், தெய்வீக அனுபவத்தைப் பெற முடியும் என்று சொல்கிறார். இப்படியெல்லாம் எடுத்துக்கொள்ளலாம் அல்லவா?' என்றார்.

எனக்கு உண்மையிலேயே அவமானமாக இருந்தது. நான் அசடு வழிய அவரைப் பார்த்தேன். என் எதிரே இருப்பவர் சாதாரண

மனிதரல்ல. எனக்கு குருவாய் வாய்த்திருப்பவர் என்று தோன்றியது.

'அது சரி, ஆனால் நீங்கள் சொன்ன இரும்பு உதாரணத்துக்கும் இந்தப் பாடலுக்கும் என்ன சம்பந்தம்?'

'நல்ல கேள்வி. தீ என்று சொன்னவுடன் எனக்கு உடனே அந்தப் பாடல் நினைவுக்கு வந்துவிட்டது. வாழ்வது என்று சொன்னால், நாம் யார் என்று புரிந்துகொள்வது என்று சொன்னேனல்லவா? அதற்கு உதாரணமாக, நெருப்பில் போடப்பட்ட இரும்புக்கு நெருப்பின் தன்மைகள் ஏற்படுகின்றன என்று சொன்னேன் அல்லவா?'

'ஆமாம்.'

'அதை இப்படிச் சொல்லலாமா? துருப்பிடித்த இரும்பு என்று தன்னை நினைத்துக் கொண்டிருந்த இரும்புத் துண்டு, நெருப்பில் போடப்பட்டதும்தான் தானும், ஒரு நெருப்புத் துண்டு என்பதைப் புரிந்துகொண்டது என்று சொல்லலாம் அல்லவா?'

'சொல்லலாம்.'

'அதாவது தீக்குள் விரலை விட்டுவிட்டோம் என்று நினைக்காமல், நந்தலாலாவைத் தீண்டிவிட்டோம் என்று நினைத்துக்கொள்ள வேண்டும் என்று பாரதியார் சொல்வதுபோல, புரிகிறதா?'

நான் லேசாக, மறுபடியும் அவமான உணர்வு மேலிட, புரிகிறது என்பதாகத் தலையாட்டினேன்.

அவர் தொடர்ந்தார். 'இரும்பை நெருப்பில் போடுவதுபோல, நீங்கள் யார் என்று தெரிந்து கொள்ள உங்களையும் புடம் போட வேண்டும்.'

'எப்படி?'

'உங்களை தீக்குளிக்கச் சொல்வேன் என்று நினைத்து பயந்து விட்டீர்களா?' என்று சொல்லிவிட்டுச் சிரித்தார்.

நானும் சிரித்தேன்.

'ஒரு வகையில் அப்படித்தான். நெருப்பில் போடப்பட்ட இரும்புத் தூய்மை அடைவதைப்போல, நீங்களும் உங்களை சில

பயிற்சிகள் மூலம் தூய்மைப் படுத்திக்கொள்ள வேண்டும். அப்போதுதான், நீங்கள் உங்களைத் தூய்மைப்படுத்திக் கொள்ளும் அளவுக்கு நீங்கள் யார் என்பது புரியும்.'

எனக்கு ஆர்வம் வந்துவிட்டது. இவர் சாதாரண மனிதரல்ல. விசேஷமானவர். எப்படியாவது இவரிடமிருந்து ரகசியத்தைத் தெரிந்துகொள்ள வேண்டும் என்று தீர்மானித்துக் கொண்டேன்.

'என்ன, என்னிடமிருந்து ரகசியத்தைக் கறந்து விடவேண்டும் என்று நினைக்கிறீர்களா?' என்றார் திடீரென்று.

தூக்கிவாரிப் போட்டது எனக்கு. கொஞ்சம் வியர்த்துக்கூட விட்டது. மௌனமாக ஒன்றும் சொல்லாமல், சொல்ல முடியாமல் இருந்தேன். அவரே தொடர்ந்தார்.

'ஒருவகையில் அது சரிதான். ரகசியத்தை உங்களிடம் கொஞ்சம் சொல்ல வேண்டிய நேரம் வந்துதான் விட்டது. அதனால்தான் நான் உங்களிடம் இதுபற்றிப் பேசிக்கொண்டிருக்கிறேன். நீங்கள் இப்போது பெற்றுக் கொள்கின்ற தயார் நிலையில் இருக்கின்றீர் கள். இல்லையெனில் நான் பேசியிருக்கவும் மாட்டேன், நீங்கள் கேட்டிருக்கவும் மாட்டீர்கள்.'

'சரி, இப்போது நம் முன்னே உள்ள கேள்வி, காலம் காலமாகப் பெரிய பெரிய தத்துவ ஞானிகளெல்லாம் கேட்ட கேள்விதான். நீங்கள் யார்? அல்லது நான் யார்? இந்தக் கேள்விக்கு எப்படிப் பதிலைக் கண்டுபிடிப்பது? நீங்கள் என்பது உங்கள் பெயரா? உங்கள் உடம்பா? உங்கள் பதவியா? பட்டமா? பணமா? அழகா? அறிவா? மனசா? மூளையா? இல்லை, இவை எல்லாவற்றின் கூட்டுத்தொகையா? அல்லது எல்லாவற்றையும் கட்டுப்படுத்து கின்ற, கண்ணுக்குத் தெரியாத ஏதோ ஒன்றா? நாம் என்பது எது?'

அவர் கேட்டுக் கொண்டே போனார். நானும் என் மனத்துக்குள் அந்தக் கேள்விகளை எழுப்பிக்கொண்டே போனேன். அவர் என்ன பதில் சொல்லப் போகிறார் என்று தெரிந்துகொள்ள ஆவலாக இருந்தேன்.

'இந்தக் கேள்விகளுக்கெல்லாம் பதில் தெரிய வேண்டு மென்றால்...'

அவர் நிறுத்தினார். வேண்டுமென்றே நிறுத்தினார் என்றுதான் தோன்றியது. நிறுத்திவிட்டு என்னைப் பார்த்தார். அவர் பார்ப்

பதற்கு மிகவும் சாதாரணமாகத்தான் இருந்தார். பிரத்யேகமான உடைகூட எதுவும் கிடையாது. சாதாரணமாக லுங்கி கட்டி, கை வைத்த பனியன் போட்டிருந்தார். சிகரெட் பிடித்த வண்ணம் பேசினார். முகத்தின் பின்னால் ஒளிவட்டம் எதுவும் எனக்குத் தெரியவில்லை. ஆனால் அவர் பேசப்பேச, எனக்குள் இருந்த இருள் அகன்று கொண்டிருந்தது மட்டும் உண்மை.

'தியானம் செய்ய வேண்டும்' என்றார். சொல்லிவிட்டு சிகரெட்டை சுவைத்து இழுக்கத் தொடங்கினார்.

'தியானமென்றால், பல வகையான தியானங்கள் உண்டே? எந்த தியானம்?' என்றேன் பொறுமையின்றி.

'தியான முறைகள் பல உண்டு என்பது உண்மைதான். ஆனால் என்னுடைய தியானம் ஒன்றுதான். அதைத் தியானங்களின் தியானம் என்று சொல்லலாம்.'

'அது என்ன தியானம்?' அவர் சொல்லி முடிப்பதற்குள் என் கேள்வி பறந்தது.

'அதுதான் ஆல்ஃபா தியானம்.'

(இந்த உரையாடல் எனக்கும் என் ஞானசிரியருக்கும் இடையில் நடந்தது)

2. தியானம் என்றால் என்ன?

இறைவனோடு பேசுவதானது, பத்து பகுதிகளைக் கொண்டது. அதில் ஒன்பது பகுதிகள் மௌனமாக இருப்பதாகும்.

- நபிகள் நாயகம்

உங்களுக்குள்ளே மூளை இருக்கிறதல்லவா?

என்ன, உடம்பு எப்படி இருக்கிறது என்று கேட்கிறீர்களா? கோபம் வேண்டாம், மூளை இருக்கிறதென்றுதானே நானும் சொல்கிறேன்! எல்லா மனிதர்களுக்கும் மூளை இருக்கும். முட்டாள் என்று நம்மால் வர்ணிக்கப்படுகிறவனுக்கும் மூளை இருக்கும். (ஆனால் என்ன, அது கொஞ்சம் முட்டாள்தனமான மூளையாக இருக்கலாம்).

'மூளை' என்ற வார்த்தை வேண்டாம், அதனால் பல பிரச்னைகள் வருகிறதென்று சொன்னால், 'மனம்' அல்லது 'சிந்தனை' என்று வைத்துக் கொள்ளுங்களேன். எல்லா மனிதர்களும் சிந்திப்பவர்களாகத்தானே இருப்பார்கள்? சிந்தனை நம்மோடு கூடவே

இருப்பதல்லவா? இந்தக் கேள்விகளெல்லாம் எதற்கு என்கிறீர்களா? இதோ சொல்லிவிடுகிறேன்.

முந்தின அத்தியாயம் 'ஆல்ஃபா தியானம்' என்று முடிந்ததல்லவா? அதில் 'ஆல்ஃபா' என்றொரு சொல்லும், 'தியானம்' என்றொரு சொல்லும் உள்ளது. ஆனால் தியானம் என்றால் என்னவென்று புரிந்து கொள்ளாமல், ஆல்ஃபா கிடைக்காது. எனவே, தியானம் பற்றி முதலில் பேசிவிடுவது நல்லது. அதற்காகத்தான் மேலே மூளை பற்றியும் சிந்தனை பற்றியும் பேசினேன்.

மூளையும் சிந்தனையும் எப்படி நம்மோடே இருக்கின்ற வஸ்துக்களோ - சிந்தனையை வஸ்து என்று சொல்ல முடியாது, தெரியும் - அதைப்போலத்தான் தியானமும். ஆமாம். தியானம் என்பதும் நம்மோடே இருப்பதுதான். நமக்குள்ளேயே ஒளிந்து கொண்டிருப்பது. நமக்கே தெரியாமல் நாம் அன்றாடம் செய்து கொண்டிருப்பது. அப்படி என்ன தியானத்தை நமக்கே தெரியாமல் நாம் அன்றாடம் செய்கிறோம் என்று கேட்கிறீர்களா? தினசரி நாம் தூங்குகிறோம் அல்லவா! அதைத்தான் சொன்னேன். ஆமாம். தூக்கமும் ஒருவிதமான தியானம்தான். அதைத்தான் நாம் தினமும் இரவில் மட்டுமின்றி பகலிலும் செய்து கொண்டிருக்கிறோமே என்கிறீர்களா!

தூக்கத்தைத் தியானம் என்று வர்ணிப்பது, வேடிக்கையாக உள்ளதா? ஆனால் நான் 'சீரியஸாக'த்தான் சொல்கிறேன். தூக்கம் ஒரு தியானம். பத்மாசனம் போட்டு, நேராக அமர்ந்து, கண்ணை மூடிக்கொண்டு தூங்குவதை நான் சொல்ல வரவில்லை. சில பேர் கண்ணைத் திறந்துகொண்டே தூங்குவார்கள். என் நண்பன் ஒருவன் 'மட்டன்' சாப்பிட்ட அன்று கண்டிப்பாகக் கண்ணைத் திறந்துகொண்டுதான் தூங்குவான்! வெட்டுப்பட்ட ஆடு, கனவில் முட்ட வருவதைத் தவிர்க்கும் முயற்சியாக அது இருக்கலாம். நான் அந்த மாதிரி தூக்கத்தைச் சொல்லவில்லை. நான் இங்கே தூங்குவதைப் பற்றியே பேசவில்லை. நீங்கள் விழித்துக் கொண்டிருப்பவராக இருக்கும் பட்சத்தில் நான் என்ன சொல்ல வருகிறேன் என்பது இந்நேரம் விளங்கியிருக்கும்.

இரவிலோ பகலிலோ, ஒவ்வொரு நாளும் நாம் தூங்கித்தான் ஆகவேண்டும். அதாவது தூக்கம் எனும் தியானத்தை, நாம் தினமும் செய்துதான் ஆகவேண்டும். நமக்குத் தெரியாமலே.

தூக்கமென்பது தன்னுணர்வற்றத் தியானம். ஆனால் அதனால் நமக்குப் பெரிதாக ஒரு பயனுமில்லை என்பதுதான் இங்கே நாம் தெரிந்துகொள்ள வேண்டிய முக்கியமான விஷயம். அதிக பட்சமாக, கொசு கடிப்பது நமக்குத் தெரியாமலிருக்கலாம். (சிக்குன் குன்யா வந்த பிறகு அதைப் பற்றித் தெரிந்து கொள்வோம் என்பது வேறு விஷயம்). பயனில்லாத ஒரு தியானத்தை நாம் பெரிதுபடுத்த வேண்டியதில்லை. காரணம், தியானம் என்பது எவ்வளவு முக்கியமான விஷயமாக இருந்தாலும் சரி, நமக்கு அதனால் ஒரு பிரயோஜனமும் இல்லை என்றால் அது குப்பை மாதிரிதான்.

நான் இப்படிச் சொல்வதற்காகத் தியானிகளுக்கு என் மீது வருத்தம் ஏற்படலாம். ஆனால் எனக்கான மற்றும் உங்களுக்கான உண்மை இதுதான். நம் வாழ்க்கையில் நாம் சந்திக்கும் எதுவாக இருந்தாலும், யாராக இருந்தாலும் ஏதாவது ஒரு விதத்தில் அது பயன் தருவதாக இருக்கவேண்டும். நமக்கோ, சமுதாயத்துக்கோ அல்லது உலகத்துக்கோ. அப்படி இல்லையெனில், அதை நாம் மதிக்கத் தேவையில்லை. ஏனெனில் எல்லாவற்றையும்விட நாம்தான் உசத்தி. எல்லாமே நமக்காகத்தான். 'இறைவனை யாருக்குத் தெரியும்? தூதர்கள் இல்லையென்றால்' என்ற கருத்தைச் சொல்லும் ஓர் அழகான பாடல் எனக்கு இங்கே ஞாபகம் வருகிறது. மனிதனை வைத்துத்தான் எல்லாமே.

எனவே, தியானமானாலும் சரி, ஞானமானாலும் சரி, அது நமக்காகத்தான். அப்படியானால் நமக்குத் தெரியாமலே நாம் செய்யும் தூக்கத் தியானத்தை நாம் பொருட்படுத்தத் தேவை யில்லை. நமக்குத் தெரியாமல் நடப்பது எல்லாமே, அது எவ்வளவு உயர்வானதாக இருந்தாலும், அது ஒரு குழந்தைக்கு முன் அல்லது ஒரு பைத்தியத்துக்கு முன் நடக்கும் காரியமாகும்.

ஓஷோ ஒரு கதை சொல்வார். 'தியானம் செய்யும்போது, சிகரெட் பிடிக்கலாமா?' என்று சீடன் ஒருவன் குருவிடம் கேட்டானாம். அதற்கு அந்த குரு, அவனைத் திட்டி அனுமதி மறுத்து விட்டாராம். இன்னொரு சீடன் அதே குருவிடம் போய், 'சிகரெட் பிடிக்கும்போது, தியானம் செய்யலாமா?' என்று கேட்டானாம். அதற்கு அந்த குரு, அப்படிக் கேட்ட அந்தச் சீடனைப் பாராட்டி பேஷாகச் செய்யலாம் என்று அனுமதி அளித்தாராம்.

இந்தச் சின்னக் கதை மிகவும் அற்புதமானது. ஏனெனில் அது ஒரு உண்மையை மிக அழகாகச் சொல்கிறது. தியானம் என்ற ஒரு செயல் நம் அன்றாட நடவடிக்கைக்கு அப்பாற்பட்டதாக இல்லை என்ற உண்மைதான் அது. அரவிந்தர் நடக்கும்போதே தியானம் செய்வாராம். அதாவது நடப்பதைக்கூட ஒரு தியானமாக அவர் மாற்றிக் கொண்டிருந்தார் என்று அர்த்தம்.

தியானமே செய்ய முடியவில்லை, இதை வேறுவகையில் சரிக்கட்ட முடியுமா என்று வருத்தத்துடன் என்னிடம் கேட்டு வருபவர்களுக்கு நான் 'பைக் தியானம்' என்ற ஒன்றைச் செய்யும் படிச் சொல்லுவேன். அதாவது மோட்டார் பைக் ஓட்டும்போதே செய்ய வேண்டிய தியானம். என்ன, கண்ணை மூடிக்கொண்டு 'பைக்' ஓட்டுவதா என்று கேட்க மாட்டீர்கள் என்று நினைக்கிறேன் (அப்படியும் ஓட்டுபவர்கள் உண்டு)! 'பைக்' ஓட்டு வதையே ஒரு தியானமாக மாற்றுவது. அவ்வளவுதான்.

அப்படியானால் தியானம் என்பதுதான் என்ன?

இந்தக் கேள்விக்குச் சரியான பதிலைத் தெரிந்துகொள்ள வேண்டிய கட்டத்துக்கு நாம் இப்போது வந்துவிட்டோம். தியானம் என்பது அமைதி, விழிப்புணர்வு, தெளிவு, ஆனந்தம் ஆகியவற்றைக்கொண்டு வரக்கூடிய ஒரு மனநிலை. அல்லது மூளை நிலை. அது நம் கூடப்பிறந்தது. நம்மோடே இருப்பது. ஆனால் நம்மால் உதாசீனப்படுத்தப் படுவது.

நாணயத்துக்கு இரண்டு பக்கங்கள் உண்டல்லவா, அதைப்போல தியானத்துக்கும் அல்லது எந்த மனநிலைக்கும் இரண்டு பக்கங் கள் உண்டு. தியானம் செய்தால் அமைதியான மனநிலைக்குப் போவோம் என்று வைத்துக்கொண்டால், அதை அப்படியே திருப்பியும் பார்க்கலாம். அதாவது அமைதியான மனநிலைக்குப் போவதற்கு வேண்டுமென்றே முயற்சி செய்தால், நாம் தியான நிலைக்குப் போய்விடுவோம். இதுதான், இந்த விஷயம்தான், நாம் தியானத்தைப் பற்றித் தெரிந்துகொள்ள வேண்டிய ரகசியமாகும். தியானம் எதையெல்லாம் கொண்டு வரும் என்று சொல்லப்படுகிறதோ அதில் ஏதாவது ஒன்றையாவது நாம் வேண்டுமென்றே இழுக்க முடிந்தால் தியானம் கிடைத்துவிடும். உதாரணமாக, தியான நிலையில் ஒருவர் மிகவும் விழிப்புணர் வோடு இருப்பார். அப்படியானால் வேண்டுமென்றே நாம் விழிப்புணர்வோடு காரியங்களைச் செய்தால், அந்தக் காரியம்

ஒரு தியானமாகிவிடும். ‘பைக்’ தியானத்தின் அடிப்படை அதுதான். ஓஷோ சொன்ன கதையும், அரவிந்தர் நடக்கும்போதே தியானம் செய்வார் என்ற தகவலும் சொல்வது அதுதான்.

அப்படியானால் உடலை எந்த நிலையில் வைத்திருந்தாலும் தியானம் சாத்தியமா என்ற கேள்வி சோம்பேறித்தனத்தால் வருவதாகும். இஷ்டத்துக்கு உடலை அஷ்டகோணலாக வைத்துக்கொண்டு தியானம் செய்ய முடியாது. உதாரணமாக, கோணிக்கொண்டு உட்கார்ந்தும், சாய்ந்து கொண்டும், சொரிந்து கொண்டும் இருக்கும்போது, யாராலும் தியான நிலைக்குச் செல்ல முடியாது. வேண்டுமானால் தலையைப் பிராண்டிக் கொண்டே அமைதியாக இருக்க முயன்று பாருங்களேன். அப்போது தெரியும் நான் சொல்வதன் உண்மை.

தியானம், உடலில் இருந்து தொடங்குகிறது. ஸ்தூலமாகத் தெரிகின்ற உடலை, ஒரு குறிப்பிட்ட நிலைக்குக் கொண்டு வருவதன் மூலமே, உடலுக்கு உள்ளே, உடலுக்கு அப்பால் இருக்கின்ற கண்ணுக்குத் தெரியாத, ஆனால் நிச்சயமாக இருக்கின்ற மனத்தை, குறிப்பிட்ட நிலைக்குக் கொண்டு வர முடியும். உடல் என்பது கண்ணுக்குத் தெரியும் மனம் என்றும், மனம் என்பது கண்ணுக்குத் தெரியாத உடல் என்றும் அழகாகச் சொல்வார் ஓஷோ. மனத்தை தியானநிலைக்குக் கொண்டு வருவதற்காகத்தான் ஆசனங்கள் என்று சொல்லப்படுகின்ற அமரும் முறைகளையெல்லாம் பெரியவர்கள் வகுத்துக் கொடுத் திருக்கிறார்கள். தியானத்தை மட்டுமல்ல, எந்தக் காரியத் தையுமே முறைப்படி செய்தால்தான், அந்தக் காரியம் அதற்குரிய பலனைத் தரும்.

உடலில் இருந்து தொடங்கும் சில பயிற்சிகள் மூலம், விழிப்புணர்வோடு நாம் தியான நிலைக்குச் சென்று பல நன்மைகளைப் பெற்றுக் கொள்கிறோம். அந்த நிலையில் நாம் எப்போதும் இருக்க முடியுமா என்றால், அது நடைமுறையில் சாத்தியமில்லை. நமக்கு ‘டென்ஷன்’ கொடுப்பதற்கென்றே இந்த உலகம் காத்துக் கொண்டிருக்கிறது. வேண்டுமென்றால் ஒரு தனியிடத்தில் அமைதியாக அசையாமல் ஐந்து நிமிடம் உட்கார வேண்டும் என்று நினைத்து உட்கார்ந்து பாருங்கள். அப்போதுதான் உங்களிடம் கேட்பதற்கு உங்கள் மனைவிக்கு ஆயிரம் கேள்விகள் வரும். அப்போதுதான் பால்காரன் மணியை அழுத்துவான். மனிதர்கள்தான் இப்படியென்றால், கொசு

முதலான சகல ஜீவராசிகளும் நம் தியானத்தை எப்படியாகிலும் கெடுத்துவிடுவது என்று கங்கணம் கட்டிக் கொள்ளும். அதுவரை இல்லாத ஒரு பூச்சி கண்ணை மூடி அசையாமல் உட்கார்ந்தவுடன் எங்கிருந்தோ பறந்து வந்து மூக்கில் அராஜகமாக உட்காரும். எங்கிருந்தோ வரும் எறும்புகள் அப்போதுதான் ரகசியமாக உள்ளே நுழைந்து முக்கியமான இடத்தில் கடித்து வைக்கும். இப்படியாக ஒரு மனிதன் முன்னேற வேண்டும் என்று முடிவு செய்து, அதற்கான முயற்சிகளை எடுக்க ஆரம்பித்தாலே போதும், இந்தப் பிரபஞ்சமனைத்தும் அவனுக்கு எதிராக வேலை செய்ய ஆரம்பித்துவிடுவதைப் பார்க்கலாம்! இதை யெல்லாம் மீறித்தான் நாம் சாதிக்க வேண்டியிருக்கிறது. எனவே, இருபத்து நான்கு மணி நேரமும் தியான நிலையில் இருப்பது நமக்கு சாத்தியமில்லை.

அப்படியானால் என்ன செய்யலாம்? குறைந்தபட்சம் தேவைப் படும்போதெல்லாம் தியான நிலையில் இருக்க முடியுமானால், அந்த மனநிலையை ஏற்படுத்த முடியுமானால் போதும். நம் வாழ்க்கையை நாம் விரும்பும் விதத்தில் மாற்றி அமைத்துக் கொள்ளலாம். இன்னும் கொஞ்சம் முன்னேறிப் போனால், அடுத்தவர் வாழ்க்கையையும் மாற்றி அமைக்கலாம். நாம் விரும்புவதுபோல. ஆம். இந்த உலகில் நடந்து கொண்டிருக்கும் எல்லா சாதனைகளுக்கும் வேதனைகளுக்கும் காரணம், நல்ல அல்லது கெட்ட தியான மனநிலைகள்தான் என்று சொன்னால் மிகையில்லை. தீவிரமான ஜார்ஜ் புஷ் மனநிலை, பலகீனமான சதாம் ஹுசைன் மனநிலையைத் தூக்கில் போட்டுவிடக்கூடிய அபாயம் உண்டு. எல்லாமே எண்ணத்தின் தீவிரத்தால் வரக்கூடிய விளைவுகள். தியானத்தின் கதைச் சுருக்கம் இதுதான்.

ஆனால் இன்றைக்கு உலகெங்கிலும் மிக அதிகமாக விற்கப் படும், வாங்கப்படும் சமாச்சாரம் ஒன்று உண்டென்றால் அது தியானம்தான்.

எந்த மிகையும் இல்லாமல் நான் இதைச் சொல்கிறேன். பணத் தாலும், பொருளாலும், விஞ்ஞானத்தாலும், தொழில்நுட்பத்தா லும் தரமுடியாத ஒன்றுக்காக, அவைகளால் நிரப்ப முடியாத இடைவெளியை நிரப்புவதற்காக, இன்றைய மனிதன் ஏங்கு கிறான். அதிலும், ஆன்மிகத்தில் உலகுக்கே வழிகாட்டியாக இருந்தது நம் நாடு. புத்தரும், மகாவீரரும் நடமாடிய மண் நமது. உலகின் பல பாகங்களில் இருந்தும் எத்தனையோ ஞானிகள்

வந்து ஞானத்தின் மணம் பரப்பிய பூமி இது. ஆனால் இந்த நாட்டில்தான் ஆன்மிகத் தேட்டம் இன்று அதிகமாகி இருக்கிறது.

தொழிலதிபர்களுக்கு அடுத்தபடியாக இன்று உலகில் கோடீஸ்வரர்களாக இருப்பவர்கள் ஆன்மிகவாதிகள் என்று நம்பப்படும் சாமியார்கள்தான். நாட்டின் முதல் குடிமகனிலிருந்து கடைசிக் குடிமகன் வரை சாமியார்களின் காலடியின் கீழ் உட்காருவதைப் பாக்கியமாக நினைக்கிறார்கள். மைக்ரோசாஃப்டின் 'விண்டோஸ்' என்ற வார்த்தை, நம் மத்தியில் எவ்வளவு பிரபலமாக உள்ளதோ அதே அளவு பிரபலமாக 'வாழ்க வளமுடன்' போன்ற வார்த்தைகளும் உள்ளன. வளமாகத்தான் வாழ்ந்தோம். ஆனால் இடையில் வளம் போய்விட்டது. எனவே, வளமுடன் வாழ்வதென்பது எதிர்காலத்தை நோக்கிய ஒரு பிரயோகமாகி விட்டது துரதிருஷ்டமே.

எல்லாம் இருந்தும், எல்லாம் கிடைத்தும், முக்கியமான ஒன்று ஏதோ குறைகிறது. பணம், பதவி எதனாலும் அதைத் தர முடியாது. ஆன்மிகத்தால்தான் கொடுக்க முடியும். அதற்கு அடிப்படையானது தியானம் என்ற அளவில் மக்கள் புரிந்து வைத்திருக்கிறார்கள். தியானத்தின் மூலம் எப்படியாவது இடைவெளியை நிரப்பிவிட வேண்டும், பெற வேண்டியதைப் பெற்றுவிட வேண்டும் என்று மக்கள் அவசரப்படுகிறார்கள். அதன் காரணமாக, பல போலிகளை நம்பி ஏமாறுகிறார்கள். மக்களின் அவசரத்தையும் ஆர்வத்தையும் தவறாகப் பயன்படுத்தி பணம் பண்ணும் ஆசாமிகள் பெருகிவிட்டார்கள்.

'எம் மகளுக்கு எட்டு வருஷமா வரன் தேடறேன், ஒன்னுமே அமையமாட்டேங்குது.'

'உங்க மக பேரென்ன?'

'லலிதா'

'பிறந்த வருஷம்?'

சொல்லப்படுகிறது.

'இதுதான் பிரச்னை. உங்க மக பிறந்த தேதியோட கூட்டுத் தொகை ரொம்ப எதிர்மறையா வேலை செய்யுது. பிறந்த தேதியை மாத்த முடியாது. ஆனால் பேரெ மாத்தலாமில்லியா?'

'சரிங்க.'

'பத்தாயிரம் செலவாகும். ஆனா மூணு மாசத்துக்குள்ளாகவே பத்தரை மாத்துத் தங்கம் மாதிரி மாப்பிள்ளை அமையும்.'

'சரிங்க.'

ஏதேதோ மனக்கணக்குப் போட்டுப் பார்த்துவிட்டு, 'லொலிதா'ன்னு மாத்திக்கிங்க' என்கிறார் எண் கணித மேதை! அன்று முதல் பத்தாயிரம் ரூபாய் செலவில் தமிழ் லலிதா ஆங்கில நாவலின் கதாநாயகி லொலிதாவாகிறாள்.

மூன்று மாதங்களல்ல, மூன்று வருடங்களாகியும் பத்தரை மாற்றுத் தங்கம் கிடைக்கவில்லை. கைவசமிருந்த பத்தரை பவுன் தங்கம் போனதுதான் மிச்சம். இப்போதெல்லாம் லலிதா, சாரி லொலிதா, கல்யாணப் பேச்சு எடுத்தாலே 'லொல்' என்று விழுகிறாளாம். இப்படிப் பல 'லல்'லுகள் எதையெதையோ நம்பி 'லொல்'லுகளாகிக் கொண்டிருக்கின்றன. உங்களை உங்கள் பெயராக அடையாளப்படுத்திக் கொள்வதன் விளைவுகள் இவை.

நீங்கள் உங்கள் பெயரல்ல. நீங்கள் உங்கள் உடம்பல்ல. நீங்கள் உங்கள் உணர்ச்சியல்ல, மனமல்ல. இன்னும் எது எதெல்லாம் நீங்கள் என்று நினைத்துக் கொண்டிருக்கிறீர்களோ அதுவெல்லாம் நீங்களல்ல. 'இதுவல்ல', 'அதுவல்ல' என்ற பொருள் தரும் 'நேதி' என்று ஒரு பெயரை, ஞானிகள் அந்தக் காலத்தில் இறைவனுக்கு வைத்திருந்தது நினைவுக்கு வருகிறது. அந்தக் காலத்து மக்கள் சரியாகத்தான் புரிந்து வைத்திருந்திருக்கிறார்கள். நாம்தான் மிகவும் குழம்பிப் போயிருக்கிறோம்.

உண்மையிலேயே நீங்கள் யார் என்று தெரிந்து கொள்ள ஒரே வழி புனித எண்ணோ, புனித மண்ணோ அல்ல. ஒரேவழி நீங்கள்தான். உங்களை வைத்துத்தான் நீங்கள் யார் என்று தெரிந்துகொள்ள வேண்டும். அதாவது உங்களுக்குள்ளே இருக்கின்ற தியான மனநிலையை வைத்து. முறையான பயிற்சிகளின் மூலம் உங்களைப் பற்றிய உண்மையை நிச்சயமாக உணர முடியும்.

சரி, பிரச்னைகள் தீர்வதற்கு அது எப்படி உதவும்?

நல்ல கேள்வி. நீங்கள் யார் என்று தெரிந்துகொண்டீர்களே யானால், அப்படித் தெரிந்து கொள்ளாமல் இருந்தபோது, செய்ய

முடியாததையெல்லாம் தெரிந்துகொண்ட பிறகு செய்யலாம். உங்கள் பிரச்னைகளை மட்டுமல்ல, அடுத்தவர் பிரச்னைக்கும் வழி சொல்லலாம். உங்களுக்கு வரும் நோய்களை நீங்களே தீர்த்துக்கொள்ளலாம். ஒட்டுமொத்த சமுதாயத்தையும் பாதிக்கும் காலரா, சிக்குன் குன்யா, எய்ட்ஸ் போன்றவை எல்லாம் உங்களை அண்டாமல் தடுத்துக்கொள்ளலாம். (மாத்திரை, மருந்து, தடுப்பூசி இத்யாதி போட்டுக்கொள்ளாமல்தான்). மற்றவர்கள் கஷ்டப்பட்டு அடைவதையெல்லாம் நீங்கள் கஷ்டப்படாமல் அடையலாம். ராட்சஷர்களைத் தூக்கி எறிந்து குழந்தை கிருஷ்ணன் வெற்றிகொண்டதுபோல.

அலாவுதீனின் அற்புத விளக்கைத் தேடி நீங்கள் வெளியே எங்கும் போக வேண்டியதில்லை. அது உங்களுக்கு உள்ளேயே இருப்பதைப் பார்க்கலாம். அதைத் தேய்க்கலாம். அதிலிருந்து பூதம் என்றும் ஜின் என்றும் வர்ணிக்கப்படும் ஆற்றல் கிளம்பி, உங்கள் தேவைகளை நிறைவேற்ற வைக்கலாம். மிரிண்டா குடித்துக் கொண்டு மல்லாந்து படுத்துவிடாத பூதங்கள் அவை.

உங்களுக்கு உள்ளே ஒரு பேராற்றல் இருப்பது உண்மை. அதுதான் ஆன்மிக ஆற்றல். நம்முடைய பிரதான பிரச்னைகளை அதுதான் இதுநாள்வரை தீர்த்து வைத்துக்கொண்டிருக்கிறது. ஆமாம். நாம் என்ன சூழ்நிலையில் இருந்தாலும் விடாமல் இதயம் துடித்துக்கொண்டே இருக்கிறதல்லவா? மூச்சு உள்ளேயும் வெளியேயும் போய் வந்து கொண்டு இருக்கிறதல்லவா? இதெல்லாம் நம்முடைய கட்டுப்பாட்டுக்குள் இருந்தால் என்னாகும் என்று கொஞ்சம் நினைத்துப் பாருங்கள்! எவ்வளவு பெரிய மகத்தான பணிகளை நமக்காக நமக்குள்ளே இருக்கும் பேராற்றல் நாம் இறக்கும்வரை விடாமல், கண நேரம்கூட மறக்காமல் செய்து கொண்டிருக்கிறது என்று கொஞ்சம் நினைத்துப் பாருங்கள். நன்றியுணர்ச்சியோடு. குழந்தைக்கு என்ன தேவை என்று குழந்தையைவிட தாய்க்குத்தானே தெரியும்!

நம்மைக் கேட்காமலே நமக்கான வேலைகளைச் சரியான நேரத்தில் மிகச்சரியாகச் செய்யும் அந்தப் பேராற்றல், நம் பிரச்னைகள் அனைத்தையும் தீர்க்கப் போதுமானது. நாம் கற்றுக் கொள்ள வேண்டியது அதைத் தூண்டிவிடும் தொழில் நுட்பத்தைத்தான். அந்தப் பேராற்றலைத் தூண்டிவிடும் மனநிலையைத்தான் நாம் தியானம் என்றும் இன்னும் பல

பெயர்களாலும் குறிப்பிடுகிறோம். வாட்டர், ஜலம், தண்ணீர், பானி, ஆப் - இப்படி எந்த வார்த்தையைப் போட்டாலும் பொருள் ஒன்றுதானே! அதைப் போலத்தான் தியானமும். நமது ஆன்மிக வளர்ச்சிக்குத் தியானம் மிகமிக அடிப்படையானது.

இறைத்தூதர்கள், ஞானிகள், சூஃபிகள், சித்தர்கள், புத்தர்கள் என்று எல்லா ஞானிகளும் தியானம் செய்தவர்கள்தான். தியானம் செய்யாமல் ஞானம் பெற்றவர் என்று ஒருவரைக்கூட மனிதகுல வரலாற்றில் காட்ட முடியாது. முஹம்மது நபி, நபியாவதற்கு முன் ஹீரா என்ற குகைக்குள் சென்று மாதக்கணக்கில் தியானம் செய்திருக்கிறார். எல்லா முயற்சிகளும் நினைத்த பலனைத் தராமல் போனபோது, கடைசியாகப் போதி மரத்தடியில் அமர்ந்து விபாசனா என்ற தியானத்தை புத்தர் செய்தபோதுதான், ஞானம் பெற்றதாகக் கூறுகிறார்கள். ஒரு ஞானி தியானம் செய்யவில்லை என்று யாராவது சொன்னால், அவர் தியானம் செய்த தகவல் நமக்குக் கிடைக்கவில்லை என்றுதான் அர்த்தம். அந்த அளவுக்கு ஞானத்தோடும் ஆன்மிகத்தோடும் பின்னிப் பிணைந்தது தியானம்.

தியானம் என்பது ஒருவித மனநிலை என்று ஏற்கெனவே சொல்லிவிட்டேன். ஆனாலும் தியானம் என்றால் என்ன என்று பத்துப் பேரைக் கேட்டுப் பாருங்கள். பதினொரு விதமான விளக்கங்கள் கிடைக்கும். பல்வேறு மதத்தையும் தத்துவத்தை யும் சேர்ந்தவர்கள் பல விதமாகத் தியானத்தைப் புரிந்து வைத்திருக்கலாம்.

எத்தனை வகையான தியான முறைகள் இருந்தாலும், அத்தனைக்கும் ஓர் ஒற்றுமை இருக்கிறது. பலதரப்பட்ட பூக்களை இணக்கும் நார்போல. தியானத்தின் அந்த அடிப் படையை நாம் புரிந்துகொள்ள வேண்டும். அப்போதுதான் ஆல்ஃபா தியானம் எப்படி மற்ற தியானங்களிலிலிருந்து வேறு பட்டது, அது எப்படி அனைவருக்கும் ஏற்ற தியானமாக இருக்கிறது என்பதும் புரியும்.

மூச்சைக் கவனித்தல், மந்திர உச்சாடனம் செய்தல், குறிப்பிட்ட நிலையில் உட்காருதல், குறிப்பிட்ட நிற உடையணிதல், ஜெப மாலை உருட்டுதல், ஜ்வாலையைக் கவனித்தல், ஒரு தெய்வத்தை, அல்லது ஒரு வெற்றுத் திரையை, அல்லது சில நிறங்களைக் கற்பனை செய்தல், நமக்கு நாமே சில நல்ல

வார்த்தைகளைச் சொல்லிக் கொள்ளுதல், வரும் எண்ணங்களை யெல்லாம் தட்டி விட்டுக் கொண்டே இருத்தல், அல்லது அவற்றின் பின்னாலேயே கவனித்துக்கொண்டு செல்லுதல் - இப்படிப் பலவிதமான தியான முறைகள் உள்ளன.

ஆனால் இவற்றையெல்லால் கற்றுக்கொடுக்கிறேன் என்று சொல்லி வருபவர்களின் எண்ணிக்கையும் இன்று ஏராளமாகி விட்டது. சினிமா நடிகர்கள், அரசியல் தலைவர்களுக்கு இணை யாக, அல்லது அவர்களைவிட மேலாக 'கட்-அவுட்'களும் விளம்பரங்களும் ஆன்மிக குருக்களுக்குத்தான் இன்று உள்ளது. ஆன்மிக விஷயங்கள் தொடர்பான கட்டுரைகள் வராத வார இதழ்களே இல்லை என்று ஆகிவிட்டது. தனியாக ஆன்மிகம் சம்பந்தமாகப் பல பெயர்களில் பத்திரிகைகளும் வந்து குவிகின்றன. விற்றுத் தீர்ந்தும்விடுகின்றன. ஆன்மிக வியாபாரம் அமோக வியாபாரம்.

உங்களுக்கு உடம்பு வலிக்கும்போது, குப்புறப்படுத்துக் கொண்டு வீட்டிலுள்ள குழந்தைகளைக் கூப்பிட்டு மிதிக்கச் சொல்வீர்கள் அல்லவா? பிஞ்சுப் பாதங்களால் மிதிபடும்போது சுகமாக இருக்கும். ஆனால் உடலின் பிரச்னை அத்துடன் தீர்ந்து விடுமா என்றால் இல்லை. மிதிபடும்போது சுகமாக இருக்கும். அவ்வளவுதான்.

இன்றைக்குத் தியானங்கள் என்ற பெயரால் சொல்லித் தரப்படும் பல சமாச்சாரங்கள், இப்படித்தான் இருக்கின்றன. அமுக்கி விடுகின்றன. தைலம் தடவி விடுகின்றன. ஆனால் இவ்வகை யான அமிர்தாஞ்சன், ஜண்டு பாம், டைகர் பாம் தியானங்கள் நிரந்தரத் தீர்வுகளல்ல. தாற்காலிகத் தடவல்கள். அவைகளை நிரந்தரத் தீர்வுகளாக மாற்ற ஒரே வழி, சரியான வழிகாட்டிதான்.

சரியான வழிகாட்டியை எப்படிக்கண்டு பிடிப்பது? நம்முன் இருக்கின்ற மிகப்பெரிய பிரச்னை இன்று இதுதான். ஏனெனில் இந்தக் கால குருமார்களில் பெரும்பாலோர் எளிதில் சென்று அணுகக்கூடியவர்களாக இல்லை. விவேகானந்தருக்கு, தான் செய்யும் பயிற்சியில் சந்தேகம் ஏற்பட்டால் அதை உடனடியாகத் தீர்த்து வைப்பதற்கு 'ஃபீஸ்' வாங்காத பரமஹம்சர் இருந்தார். ஆனால் இந்தக் காலத்தில் தியானப் பயிற்சி செய்யும் ஒருவருக்கு சந்தேகமோ பிரச்னையோ வந்தால் சம்பந்தப்பட்ட குருவை நேரடியாகச் சந்தித்து விளக்கம் பெற முடியுமா? முடிய

வேண்டும். முடியவில்லையென்றால் அந்தப் பயிற்சியை செய்வதில் என்ன அர்த்தம் உள்ளது?

ராஜா ஒருவர் ஒருநாள் தன் மந்திரியை அழைத்துவரச் சொன்னார். மந்திரி தியானம் செய்து கொண்டிருப்பதாகப் பதில் வந்தது. என்ன தியானம் செய்கிறார் என்று தெரிந்துகொள்ளும் ஆர்வத்தில் ராஜாவே கிளம்பி மந்திரி இருந்த இடத்துக்குச் சென்றார். அங்கே ஒரு தனியறையில் அமர்ந்து மந்திரி ஏதோ மந்திரங்களைச் சொல்லிக் கொண்டிருந்தார். தியானம் முடிந்து மந்திரி எழுந்தவுடன் ராஜா கேட்டார், 'நீங்கள் சொல்லிக் கொண்டிருந்தது காயத்ரிதானே?'

'ஆமாம் ராஜா'

'அதை எனக்குச் சொல்லித்தர முடியுமா?'

'அது என் வேலையல்ல மன்னா, அதோடு அதற்கு எனக்கு அனுமதியும் இல்லை' என்றார். உடனே ராஜா காயத்ரி மந்திரத்தை மனப்பாடமாக மந்திரியிடம் சொல்லிக் காட்டினார்.

ஆச்சரியப்பட்ட மந்திரியிடம், 'என் உச்சரிப்பு சரியா?' என்றார் ராஜா.

'மிகச்சரி மன்னா' என்றார் மந்திரி. ராஜாவுக்குப் பெருமையாக இருந்தது. ஆனால் அந்தப் பெருமையுணர்வு ரொம்ப நேரம் நீடிக்கவில்லை.

'ஆனால் அந்த மந்திரம் நீங்கள் சொன்னால் பலிக்காது. நான் சொன்னால்தான் பலிக்கும்' என்று ஒரே போடாகப் போட்டார் மந்திரி.

கடுமையான கோபம் வந்துவிட்டது ராஜாவுக்கு. இருக்காதா பின்னே, ராஜ 'ஈகோ'வல்லவா காயம்பட்டிருக்கிறது!

'நீ சொன்னதை உண்மையென நிரூபித்துக் காட்டு' என்று ஆணையிட்டார். சரி என்று சொன்ன மந்திரி, அங்கிருந்த தளபதியைப் பார்த்து, 'இந்த மன்னனின் தலையை உடனே சீவுங்கள்' என்று சொன்னார். தளபதிக்கு ஒன்றும் புரியவில்லை. மன்னரின் தலையைச் சீவுவதா? அதுவும் ஒரு மந்திரி சொல்லி! இந்த மந்திரிக்கு என்னானது என்று கண நேரம் ஸ்தம்பித்து நின்றார்.

அவ்வளவுதான். அதற்குமேல் பொறுமையாக இருக்க முடிய வில்லை ராஜாவால். உடனே அந்தத் தளபதியைப் பார்த்து, ‘இந்தத் துரோகியின் தலையைச் சீவு’ என்று கட்டளையிட்டார். உடனே தளபதியும் மன்னனின் கட்டளையை நிறைவேற்ற வாளை உருவி விட்டார்.

சுதாரித்துக்கொண்ட மந்திரி, ‘கொஞ்சம் பொறுங்கள் தளபதி யாரே. மன்னா, நானும் நீங்களும் ஒரே கட்டளையைத்தான் கொடுத்தோம். ஆனால் நான் கொடுத்த கட்டளை புறக்கணிக்கப் பட்டுவிட்டது. நீங்கள் கொடுத்த கட்டளை நிறைவேற்றப்பட இருக்கிறது. சொன்ன சொல் ஒன்றுதான், ஆனால் சொன்ன ஆள்தான் வேறு. இதிலிருந்து உங்களுக்குப் புரியவில்லையா, மந்திரம் சொல்வது முக்கியமில்லை, அதை யார் சொல்கிறார்கள் என்பதுதான் முக்கியம். அதனால்தான் காயத்ரியை நீங்கள் உச்சரித்தாலும் அது உங்களுக்கு வேலை செய்யாது என்று கூறினேன்’ என்று விளக்கினார்.

விளக்கம் தெரிந்து கொண்ட மன்னர் மந்திரியை மன்னித்து உயிர் பிச்சை போட்டாரா அல்லது கொலை செய்யச் சொன்னாரா என்பது இங்கே முக்கியமல்ல. இயந்திரமானாலும் சரி, மந்திரமானாலும் சரி, அதைச் செய்கின்ற, அல்லது சொல்கின்ற மனநிலைதான் முக்கியம். அப்போதுதான் எதுவும் வேலை செய்யும். அந்த மனநிலைதான், தியான மனநிலை. தியான மனநிலையைத் தியானப் பயிற்சிகளின் மூலம் அடைகிறோம்.

ஆனால் பிரச்னை ஒவ்வொன்றும் ஒவ்வொரு விதமான தன்மையும் தீவிரமும் கொண்டதாக இருக்கிறது. ஒருவனுக்கு அமுதமாக உள்ளது இன்னொருவனுக்கு விஷமாக மாறும் என்று சொல்வார்கள். இது தியான முறைகளுக்கும் பொருந்தும்.

ஆனால் எல்லாருக்குமே அமுதமாக இருக்கும் தியானப் பயிற்சி ஏதாவது உண்டா? குரு தேவைப்படாத தியானமாக அது இருக்க வழியுண்டா? தவறாகச் செய்தாலும் பரவாயில்லை, பலன் கொடுக்கும் என்று சொல்லத்தக்க தியானமா அது? இப்படிப் பட்ட கேள்விகளுக்கெல்லாம் ஆம் என்று பதில் சொல்லத்தக்க தியானம் ஒன்று உண்டு. ஆண்களும், பெண்களும், கொஞ்சம் வளர்ந்த குழந்தைகளும்கூட, அந்தத் தியானத்தைச் செய்யலாம். நாம் யார் என்பதை நமக்கு தெள்ளத் தெளிவாக அடையாளம்

காட்டும் தியானம் அதுதான். அது என்ன தியானம் என்று புரிந்திருப்பீர்கள்.

ஆமாம். அதுதான் ஆல்ஃபா தியானம்.

ஆனால் அதைப் பற்றித் தெரிந்து கொள்ளுமுன் மனித மூளை, அதில் ஏற்படும் அதிர்வுகள், ஆழ்மனம், கற்பனை, நமக்கு நாமே சொல்லிக்கொள்ளும் சொற்கள் போன்ற சில விஷயங்களைப் பற்றித் தெரிந்து கொள்ள வேண்டும்.

3. அதிர்வுகள் ஓய்வதில்லை

ஜீனியஸ் என்பது தொண்ணூறு விழுக்காடு உழைப்பு, பத்து விழுக்காடு உதிப்பு.

- ஐன்ஸ்டீன்

கடல் அலைகளைப் பார்த்திருக்கிறோம். மின்சார அலைகளை? பார்க்க முடியாது, ஆனால் உணர முடியும். சமயங்களில் நமக்கே தெரியாமல் ஈரக்கையோடு மின்கடத்தி எதிலாவது கை வைத்து விட்டு, அலறி யடித்துக் கையை உதறிய அனுபவம் உண்டு தானே! ஒலி அலைகளையும் நாம் பார்க்க முடியாது. இவைகளை அலைகள் என்று சொல்வதைவிட, ஒரு விஞ்ஞானியைப் போல அதிர்வுகள் (vibrations) என்று சொல் வதே மிகப் பொருத்தமானதாக இருக்க முடியும். பள்ளி, கல்லூரியில் இயற்பியல் படிக்கும்போது, சோதனைச் சாலையில் அதை இதைத் தட்டி அதிர்வுகளை ஏற்படுத்தி ஏ.ஆர்.ரஹ்மான்போல உணர்ந்த அனுபவம் நிச்சயம் இருக்கும்.

ஒருவகையில் எல்லாமே அதிர்வுகள்தான். குறிப்பிட்ட எண்ணிக்கையிலான அதிர்வுகள் மரமென்றால், வேறொரு எண்ணிக்கை

யிலான அதிர்வுகளின் கூட்டுத்தொகைதான், மனிதன் என்றுகூடச் சொல்லிவிடலாம். இந்தப் பிரபஞ்சம்கூட ஒரு விதத்தில் அதிர்வு களின் கூட்டுத்தொகைகளின் கூட்டுத் தொகை என்றுகூடச் சொல்லலாம். அதிர்வுகளை வைத்து 'வைத்தியம்' செய்து பிழைப்பு நடத்தும் சிலரை தொலைக்காட்சிகளில் பார்த்துக்கூட நாம் அதிர்ந்திருக்கலாம்.

அதிர்வுகளைப் பற்றிய ஓர் உண்மை என்னவெனில், கண்ணுக்குத் தெரியாத இந்த அதிர்வுகள், மிகமிகச் சக்தி வாய்ந்தவை என்ப தாகும். மின்சாரத்தையே எடுத்துக் கொள்வோமே, வேண்டாம், எடுத்துக்கொள்ள முடியாது. மின்சாரம் இன்றி வாழ்வதும் கஷ்டம், மின்சாரம் தாக்கினால் உயிர் வாழ்வதும் கஷ்டம்.

இந்த அதிர்வுகளின் வரிசையில் அதிக சக்தி வாய்ந்தவை என்று சொன்னால் அவை எண்ண அதிர்வுகள்தான். எண்ண அலைகள். அவை நம் மூளையிலிருந்து புறப்படுகின்றன என்று விஞ்ஞானம் கூறுகிறது. அவை எங்கிருந்தாவது புறப்படட்டும். நமக்கு அதில் ஒன்றும் ஆட்சேபணை வேண்டாம். (ஆட்சேபித்தால் மட்டும் இடத்தை மாற்றிக்கொள்ளப் போகின்றனவா என்ன?) எந்நேர மும் செயல்பட்டுக் கொண்டே இருக்கும் நமது மூளையிலிருந்து ஒரு விநாடிக்கு இத்தனை என்ற ரீதியில் அதிர்வுகள் புறப்பட்டுப் போய்க் கொண்டே இருக்கின்றன என்பதுதான் நாம் இங்கே தெரிந்து கொள்ள வேண்டிய பாலபாடம். ஒரு விநாடிக்கு இத்தனை என்று புறப்படும் அதிர்வுகளை 'ஹெர்ட்ஸ்' என்று கணக்கிடுகின்றனர்.

சரி, அதனால் நமக்கென்ன என்கிறீர்களா? இங்கேதான் விஷயமே இருக்கிறது. அந்த அதிர்வு வகைகளில் ஒன்றுதான் ஆல்ஃபா என்று சொல்கிறது விஞ்ஞானம். நான் அடிக்கடி 'விஞ் ஞானம் சொல்கிறது' என்று விஞ்ஞான ஆராதனை செய்வதற்கு என்ன காரணம் என்று நினைக்கிறீர்கள்? நான் சொல்வதை யெல்லாம் நீங்கள் ஒப்புக்கொள்ள வேண்டும் என்பதற்காகவா? நிச்சயமாக இல்லை. நீங்கள் ஒப்புக்கொண்டாலும் ஒப்புக் கொள்ளாவிட்டாலும் உண்மை மாறப்போவதில்லை. குர்ஜீஃப் என்ற ஞானியிடம் ஒருமுறை அவ்ஸ்பென்ஸ்கி என்ற ரஷ்ய சிஷ்யர் ஒரு கேள்வி கேட்டார். 'நீங்கள் சொல்வது விஞ்ஞான பூர்வமானதா?' என்று. அதற்கு குர்ஜீஃப் என்ன பதில் சொன்னார் தெரியுமா? 'அது விஞ்ஞானபூர்வமாக இருந்தாலும் சரி, விஞ்ஞானம் சொல்வதற்கு மாறாக இருந்தாலும் சரி, எல்லாமே

எனக்கு ஒன்றுதான்' என்றார்! ஆனால் அவர் விஞ்ஞானத்தின் எதிரி அல்ல. நானும் அப்படித்தான். விஞ்ஞானம் ஒரு விஷயத்தை ஒரு கோணத்தில் பார்க்கிறது. ஆன்மிக உண்மைகள் என்பவை என்னைப் பொறுத்தவரை விஞ்ஞானங்களின் விஞ்ஞானம். அவை விஞ்ஞானத்துக்கு எதிரானவை அல்ல. விஞ்ஞானத்துக்கு மேலே, விஞ்ஞானத்தால் இன்னும் முழுமையாகப் புரிந்து கொள்ளப்படாத 'அல்டிமேட் சயின்ஸ்' என்பேன். எனினும், நீங்கள் தெளிவாகப் புரிந்து கொள்ள வேண்டும் என்பதற்காக, ஒரு விஷயத்தைப் பற்றிய விஞ்ஞானபூர்வமான விளக்கம் இருக்கும் பட்சம், அதை ஒதுக்கிவிட்டுப் போக நான் விரும்ப வில்லை.

ஆல்ஃபா நிலை பற்றி விஞ்ஞானம் சில முக்கியமான உண்மை களைச் சொல்கிறது. ஆனால் ஆல்ஃபா பற்றிய உண்மைகள் அவற்றோடு முடிந்துவிடவில்லை. விஞ்ஞானம் சொல்வதை ஆல்ஃபா பற்றிய பாலபாடமாக எடுத்துக் கொள்ளலாம். நான் சொல்லப் போவதை உயர்வான விஞ்ஞானமாக வேண்டு மானால் எடுத்துக் கொள்ளுங்கள். இது கொழுப்பில் பேசும் பேச்சல்ல. அனுபவத்தில் பேசும் பேச்சு. நான் இந்த நூலில் விளக்கப் போகும் தியானம், உண்மையில் ஆல்ஃபாவே அல்ல. என்னடா இது முதலுக்கே மோசம் என்று நினைக்கிறீர்களா? அப்படியெல்லாம் இல்லை. அஞ்ச வேண்டாம். நான் கொடுக்கப் போகும் தியானம், ஆல்ஃபா மட்டுமல்ல. ஆல்ஃபா என்ற பெயரில் இன்றையை தேதியில் என்னவெல்லாம் சொல்லிக் கொடுக்கப்படுகிறதோ அத்தனையும் இருக்கும். அதற்கு மேலும் இருக்கும். வேண்டுமானால் 'ஆல்ஃபா ப்ளஸ்' என்று வைத்துக் கொள்ளுங்கள். 'ஆல்ஃபா' என்பது ஒரு வசதியான பெயர். நாம் ஆல்ஃபாவில் தொடங்கி அதற்கு மேலும் பயணிக்க இருக் கிறோம். இருந்தாலும் இப்போதைக்கு 'ஆல்ஃபா' என்றே நாம் அதை அழைப்போம் தப்பில்லை. ஆல்ஃபா என்பது அழகான, சிறப்பான பெயராகவும் உள்ளது. 'ஆல்ஃபா' என்றாலே ஆரம்பம், ஆதி என்றுதான் அர்த்தம். கிரேக்கர்கள், கடவுளை ஆல்ஃபா என்றும் ஒமேகா என்றும் கூறினார்கள். ஆதியும் நீயே அந்தமும் நீயே என்று அதற்கு அர்த்தம். உண்மைதானே?

நம்முடைய மூளையில் நான்கு விதமான அலைகள் அல்லது மின்அதிர்வுகள் தோன்றுகின்றன. இந்த அதிர்வுகள் எண்ணத்தின் அதிர்வுகளா, அல்லது சிந்தனை செய்யும்போது அவற்றின்

விளைவாக, பிரதிபலிப்பாகத் தோன்றும் அதிர்வுகளா என்ற விளக்கத்தை விஞ்ஞானம் இதுவரை தரவில்லை. மூளையிலிருந்து அதிர்வுகள் புறப்பட்டுப் போய்க்கொண்டே இருக்கின்றன. அதுவரை நிச்சயமான உண்மை. அந்த அதிர்வுகளுக்கு முறையே பீட்டா (Beta), ஆல்ஃபா (Alpha), தீட்டா (Theta), டெல்ட்டா (Delta) என்று பெயர். இன்னும் சில உப பிரிவுகளும் பெயர்களும் இருக்கின்றன. அவை நமக்கு இப்போதைக்குத் தேவையில்லை.

முதலில் பீட்டா. (பீடா அல்ல). நாம் விழித்துக் கொண்டிருக்கும் போது, இந்த நிலையில்தான் இருப்போம். அதாவது கண்களைத் திறந்து இருக்கும்போது என்று விஞ்ஞானம் சொல்கிறது. (ஆனால் கண்களைத் திறந்து வைத்துக்கொண்டே தூங்கும் சாதனையாளர்களை அது கணக்கில் எடுத்துக் கொள்ளவில்லை. பாவம், விஞ்ஞானம்தான் என்ன செய்யும்)! சாதாரணமான விழிப்பு நிலை என்று வைத்துக்கொள்ளுங்களேன். இந்த நிலையில் நமது மூளை பீட்டாவில் இயங்கிக் கொண்டிருக்கும்.

மூளை பீட்டாவில் இருக்கும்போது, ஒரு விநாடிக்கு 14 அல்லது அதற்கு மேலான ஹெர்ட்ஸ் என்ற கணக்கில் நியூரான்களை அடுத்தடுத்து தொடர்ந்து எரித்து அதிர்வுகளை அனுப்பிக் கொண்டிருக்கும். அல்லது உருவாக்கிக் கொண்டிருக்கும். (உருவான அதிர்வுகள் அங்கேயே நின்று கொண்டிருக்குமா என்ன? வெளியே போய்த்தானே ஆகவேண்டும்) 14-லிருந்து 40-வரை இந்த அதிர்வுகள் இருக்கும் என்றும் சொல்லப்படுகிறது. இந்த நிலை அதிகரிக்க அதிகரிக்க மன அழுத்தமும் கவலையும் பரபரப்பும் உண்டாகும் என்றும், பீட்டா நிலையில் 'இன்ட்யூஷன்' (intuition) எனப்படும் உதிப்புகள் வராது என்றும் விஞ்ஞானம் கூறுகிறது. ஆனால் இந்த நிலையில்தான் பிரக்ஞா பூர்வமான நமது நடவடிக்கைகள் யாவும் அதிகமாக இருக்கும். அதோடு இடது பக்க மூளையின் செயல்பாடுகளும் அதிகமாக இருக்கும். மூளையின் நான்கு விதமான அதிர்வலைகளில் பீட்டாதான் அதிவேகமானதாகும்.

பீட்டாவில் நமது ஐம்புலனுணர்வுச் செயல்பாடுகளும் அதிகமாக இருக்கும். 'சைட்' அடிப்பது, ஒட்டுக்கேட்பது, பேருந்தில் பெண்களை இடித்துப் பார்ப்பது, பதிலுக்குச் செருப்படி பட்டால் அந்த அவமான உணர்வைப் புரிந்து கொள்வது, அசடு வழிவது போன்ற நமது நடவடிக்கைகள் யாவும் பீட்டா அதிர்வுகள்

சம்பந்தப்பட்டவை. அவை புறம் நோக்கியதாகவே, அதாவது நமக்கு வெளியே செல்வதாகவே இருக்கும். மூளையின் இடது பக்கச் செயல்பாடுகள் பீட்டாவில் தீவிரமாக இருக்கும்.

அடுத்த நிலைதான் ஆல்ஃபா (Alpha). இது மிகவும் தளர்ச்சியான நிலையாகும். ஒரு விநாடிக்கு 7-லிருந்து 12 அல்லது 14 ஹெர்ட்ஸ் வரை அதிர்வுகள் இருக்கும். 8-லிருந்து 13 ஹெர்ட்ஸ் வரை என்றும் ஒரு கணக்குண்டு. இந்தக் கணக்கில் அதிர்வுகள் ஏற்படும் போது, பொதுவாக, கண்கள் மூடியிருக்க வேண்டும் என்றும் சொல்லப்படுகிறது. (நான் தரப்போகும் ஆல்ஃபா தியானத்தை ஆரம்ப நிலையில் கண்களை மூடிக்கொண்டு செய்ய வேண்டும். இரண்டாவது நிலையில் கண்கள் திறந்தபடி செய்ய வேண்டும். உரிய இடத்தில் அவை விளக்கப்படும்). ஆல்ஃபா நிலையில் புலன்களின் செயல்பாடுகள் அமைதியடைந்திருக்கும். இந்த நிலை, தூக்கமும் அல்ல விழிப்பும் அல்ல. இரண்டுக்கும் இடைப்பட்ட ஒரு நிலையாகும் இது. ஆங்கிலத்தில் 'ட்ரான்ஸ்' (trance) என்று சொல்வார்களே அப்படிப்பட்ட ஒரு நிலை.

இந்த நிலையில் தெய்வீக உதிப்புகள் உள்ளே நுழைய அனுமதிக்கப்படுகின்றன. பகல் கனவுகளும் இரவுக் கனவுகளும் வரும் நிலையும் இதுதான். (கெட்ட கெட்ட கனவுகளும், பயமுறுத்தும் பேய்க்கனவுகளும் ஆல்ஃபாவில் வராது. அப்படி வந்தாலே அது ஆல்ஃபா அல்ல என்று அர்த்தம். அப்துல் கலாம் சொன்னாரே கனவு காணுங்கள் என்று, அந்த மாதிரி கனவு காண்பதற்கு உகந்த நிலை இந்த ஆல்ஃபாதான். அப்படிப்பட்ட ஆல்ஃபா கனவுகளால்தான், அக்கினிகளும் ப்ரிதிவிகளும் சாத்தியமாகின்றன). ஆக்கபூர்வமான நிலை ஆல்ஃபாவில் உச்சத்துக்குப் போகும். படைப்பாளிகள் தங்கள் 'மாஸ்டர் பீஸ்'களை ஆல்ஃபாவில் இருக்கும்போது படைக்க முடியும்.

1960-களில் மரிஜுவானா எனப்படும் கஞ்சாவைக் கொடுத்து இந்த நிலைக்கு மூளையின் அதிர்வுகளைக் கொண்டுபோகும் பரிசோதனைகள் நடந்ததாக, டாக்டர் டெரன்ஸ் ஏ. பாஸ்டியன் என்ற மருத்துவர் கூறுகிறார். படிப்பு, எழுத்து, பேச்சு எல்லா வற்றிலுமே இந்த நிலையில் திறன் மேம்படுவதாகக் கண்டு பிடிக்கப்பட்டுள்ளது.

ஆல்ஃபா நிலையில்தான் நாம் நமது ஆழ்மனத்தோடு (subconscious) தொடர்புகொள்ள முடியும். (ஆழ்மனம் பற்றி

அடுத்த அத்தியாயத்தில் சுருக்கமாக விளக்கியுள்ளேன்). இந்த நிலையில் கற்பனை அருமையாக வரும். ஆக்கபூர்வமானவர்கள், எழுத்தாளர்கள், ஓவியர்கள், பாடகர்கள், இசையமைப்பாளர்கள் - இப்படிப்பட்டவர்களெல்லாம் ஆல்ஃபாவை ஒரு வரப்பிரசாதமாகப் பயன்படுத்திக் கொள்ளலாம். மனத்திரையில் நம்முடைய லட்சியங்களை உருவங்களாகப் பார்க்கின்ற முறையை ஆல்ஃபாவில் வெற்றிகரமாகச் செய்ய முடியும். மூளையின் வலது பக்கச் செயல்பாடுகள், ஆல்ஃபாவில் தீவிரமாக இருக்கும்.

ஆல்ஃபாவுக்கு அடுத்ததாக வருவது தீட்டா. தீட்டாவில் 4-லிருந்து 8-வரையிலான ஹெர்ட்ஸ் அதிர்வுகள் அல்லது 3.5-லிருந்து 7-வரையிலான ஹெர்ட்ஸ் அதிர்வுகள் இருக்கும். இந்த நிலையில், நல்ல தூக்கத்துக்கு நாம் சென்று விடுவோம். ரகசியமான, விளக்க முடியாத ஆற்றல் வெளிப்படும் நிலை இது. தெளிவான படிமங்களும், கனவுகளும், காட்சிகளும் இந்த நிலையில் வரும். ஞாபக சக்தி வேலை செய்வதும், தெய்வீக உதிப்புகள் ஏற்படுவதும் இந்நிலையில்தான். ஆழமான தீட்டா நிலையின் தொடக்கத்தில், மிதப்பது போலவும் அந்தரத்தில் இருப்பது போலவும் உணர முடியும். மூளைக்கும் புலனுணர்வுகளுக்கும் இருக்கும் தொடர்பு நின்று போயிருக்கும். கனவுகள் வருவதற்கு முந்தைய ஆழ்ந்த தூக்க நிலையே இது என்றும் சொல்லப்படுகிறது. உடலில் இருந்தும் எண்ணங்களில் இருந்தும் பிரக்ஞையைப் பிரித்து தியானம் செய்யும்போதும், இந்த நிலை ஏற்படும். ஆழ்ந்த தளர்ச்சி நிலையான தீட்டாவில் இருக்கும்போதும் மூளையின் வலது பக்கச் செயல்பாடுகள் தீவிரமாக இருக்கும். தெய்வீக உதிப்புகள் வரும் நிலை இது வென்றும் சொல்லப்படுகிறது.

ஐன்ஸ்டீன் சார்பு நிலைக் கோட்பாட்டை இந்த நிலையில் இருந்தபோதுதான் எழுதினார் என்று கூறப்படுகிறது. இந்த நிலையில் தூரதிருஷ்டி கிடைக்கும். அகிரா கராமட்சு, டாமியோ ஹிராய் என்ற இருவர், 20 ஆண்டுகள் தியானம் பழகிய ஜென் குருமார்களை வைத்து ஒரு பரிசோதனை நடத்தினார்கள். அதில் அந்த ஜென் குருக்கள் தியானம் செய்யும்போது, அவர்களுடைய மூளை அதிர்வுகள் படமெடுக்கப்பட்டன. அவை யாவும் தீட்டாவில் இருந்தன.

இறுதியாக, டெல்டா அதிர்வுகள் ஏற்படும் நிலை. 1-லிருந்து 4-ஹெர்ட்ஸ் வரையிலான அதிர்வுகள் இதில் ஏற்படும்.

மூளையின் அதிர்வுகளிலேயே மிகமிக மெதுவானதும் நீளமானதும் இதுதான். கிட்டத்தட்ட ஃபஸ்ட் கியரிலேயே காரை ஓட்டிக் கொண்டு போவது மாதிரி. மிக ஆழமான, கனவுகளற்ற தூக்கத்தோடு தொடர்புடையது இது. இந்த அதிர்வு நிலையில் மூளையின் இருபக்கச் செயல்பாடுகளிலும் அபூர்வமான இணக்கம் இருக்கும். உடல் நோய்கள் இந்த அதிர்வு நிலையில் மிக விரைவில் குனமடையும். (இதையே தலைகீழாகப் பார்த்தால் இப்படிச் சொல்லலாம்: வேண்டுமென்றே டெல்டாவுக்குள் செல்ல முடியுமானால், நமது நோய்களை நாமே விரைவில் குணப்படுத்திக் கொள்ளலாம்).

டெல்டா நிலையை ஆழ்துயில் என்றும் 'கோமா' நிலை என்றும் சொல்கிறார்கள். நம் நாட்டில் வாழ்ந்த ஞானிகள் அடிக்கடி சென்று வந்த சமாதி நிலை எனப்படும் நிலைதான் இந்த டெல்டா என்றும் ஒரு கருத்து உண்டு. டெல்டா நிலையில் எண்ணங்களே இருக்காது. ஓஷோ சொல்லும் எண்ணங்களற்ற, மனமற்ற நிலை இது. தீட்டா, டெல்டா இரண்டுமே ஸ்தூல உடல் தாண்டிய அனுபவங்களைக் கொடுக்கும் நிலைகள்தான். கூட்டிக் கழித்துப் பார்க்கும்போது, மிக உயர்ந்த ஆன்மிக நிலை என்று இதைச் சொல்லலாம்.

தீட்டா, டெல்டா நிலைகளில் உங்கள் உடல் என்பது உங்கள் மனத்தில் இருக்கும் வெறும் எண்ணமாக மட்டுமே இருக்கும். இந்த நிலைகளில் நீங்கள், முறையான பயிற்சிகளின் மூலம், விழிப்புணர்வோடு இருக்க முடியுமானால், உங்களுக்கு வெளியில் இருக்கும் உலகத்தில் நீங்கள் விரும்பும் மாற்றங்களை உடனடியாகக் கொண்டு வர முடியும். பௌதீக உலகின் விதிகளை மீறி உங்களால் செயல்பட முடியும். நினைக்குந்தோறும் உங்கள் சக்தி பெருகிப் பரவி வியாபிக்கும்.

சுருக்கமாக இந்த நான்கு அதிர்வுகளையும் இப்படிப் பார்க்கலாம்:

13 - 40 ஹெர்ட்ஸ் வரை பீட்டா - விழிப்பு நிலை.

7 - 13 ஹெர்ட்ஸ் வரை ஆல்ஃபா - தளர்ந்த நிலை. தூக்கத்துக்கும் விழிப்புக்கும் இடைப்பட்ட நிலை

4 - 07 ஹெர்ட்ஸ் வரை தீட்டா - நல்ல தூக்கம், கனவுகள், ஹிப்னாசில், தியானம், தெய்வீக உதிப்பு போன்றவை நிகழலாம்.

4 ஹெர்ட்ஸுக்கும் குறைவான அதிர்வுகள் - டெல்டா - கனவுகளற்ற ஆழமான தூக்கம். மயக்க நிலையோடும், சமாதி யோடும் தொடர்புப்படுத்திப் பேசப்படுவது.

இந்த அதிர்வுகளை ஈசிஜி மாதிரி ஈ ஈ ஜீ (Electo Encephalo Graph) மூலம் பதிவு செய்து பார்க்கலாம். அப்படிப் பதிவு செய்த ஒரு படம் கீழே:

மூளையின் அதிர்வுகளை உங்கள் விருப்பப்படி மாற்றிக் கொண்டு, அதேசமயம் விழிப்புணர்வோடு நீங்கள் இருக்க முடியுமானால், வருஷக் கணக்கில் தியானம் செய்தும் அடைய முடியாத சாதனைகளையெல்லாம் மிகக்குறைந்த கால கட்டத்தில் சாதிக்கலாம். இவ்வகைச் செயல்பாட்டை மூளை அதிர்வுகளை ஒன்றிணைத்தல் (Brainwave Synchronization) என்று சொல்கிறார்கள்.

இரண்டு பொருள்கள் அல்லது மனிதர்களுக்கிடையே பொதுவாக அதிர்வுகள் வித்தியாசமாகத்தான் இருக்கும். ஆனால் ஒரே இடத்தில் குறிப்பிட்ட காலம் அருகருகே அவைகளை அல்லது அவர்களை வைத்திருந்தால், பழகவிட்டால், அதிர்வுகள் ஒரே விகிதத்துக்கு மாறிக்கொள்ளும். ஓர் அறையில் வெவ்வேறான வேகத்தில் அசைந்தாடிக் கொண்டிருக்கும் பெண்டுலம்களைக் கொண்ட பத்து சுவர்க்கடிகாரங்களை ஒரே சமயத்தில் மாட்டி வைத்தால், கொஞ்ச நேரத்தில் அவை ஒன்றுபோல ஆட ஆரம்பிப்பதைப் பார்க்கலாம். சில ஆண்டுகள் ஒன்றாக அன்போடு கணவனும் மனைவியும் வாழ்ந்துவிட்டார் களென்றால் அவர்களின் சிந்தனையும் ஒன்றாக ஆகிவிடுவதைப் பார்க்கலாம். டீ சாப்பிடலாம் என்று கணவன் நினைப்பான். டீ வேணுமாங்க என்று மனைவி வந்து கேட்பாள். இப்படி உங்களுக்கும் நடந்திருக்கலாம். இதுதான் ‘ப்ரைன் வேவ் சிங்க்ரனைசேஷன்’ என்பது. இதை ஆழமான தியான நிலைகளின் மூலம் வேண்டுமென்றே ஏற்படுத்தலாம் என்பதை விஞ்ஞானம் நிரூபித்துக் கொண்டிருக்கிறது. அந்தக் கால தியான முறைகளில் பின்பற்றப் பட்ட ஒலியெழுப்புதல், மந்திரங்களை கூட்டாக ஓதுதல் போன்றவை யாவும் அனைவருடைய விழிப்புணர்வு களையும் ஒன்றிணைக்க எடுத்துக்கொண்ட முயற்சிகளே.

பீட்டா, ஆல்ஃபா, தீட்டா, டெல்டா ஆகிய அதிர்வுகளை அறிந்து கொள்வதால் ஏற்படும் நன்மைகள் எப்படிப்பட்டவை என்று

தெரிந்து கொள்வதற்காகவே இதையெல்லாம் கூறினேன். இந்தக் கணக்குகளையெல்லாம் இன்டெர்நேஷனல் ஃபெடரேஷன் ஆஃப் எலெக்ட்ரோ ஃபிசியாலஜி அன்டு க்ளினிகல் ந்யூரோ ஃபிசியாலஜி (International Federation of Electrophysiology and Clinical Neurophysiology) என்ற அமைப்பு அளந்து சொல்லி இருக்கிறது.

4. ஆல்ஃபாவும் ஆழ்மனமும்

உன்னை அறிந்துகொள், அது உனக்குப் போதும்.

- நபிகள் நாயகம்

ஆல்ஃபா நிலையில்தான் நாம் நமது ஆழ் மனத்தோடு (subconscious) தொடர்புகொள்ள முடியும் என்று சொன்னேன்.

இது ஆல்ஃபா பற்றிய மிகமிக முக்கியமான செய்தியாகும். இதைப் புரிந்துகொள்ள ஆழ்மனம் என்றால் என்ன என்று நாம் தெளிவாகத் தெரிந்திருக்க வேண்டும். (இது பற்றி என் 'அடுத்த விநாடி' என்ற புத்தகத் திலும் சொல்லியிருக்கிறேன். என்ன யோசிக் கிறீர்கள்? அந்தப் புத்தகத்தை வாங்கி ஆழ் மனம் பற்றித் தெரிந்து கொள்ளுங்கள் என்று நிச்சயமாகச் சொல்ல மாட்டேன்! இங்கேயே சொல்லிவிடுகிறேன். அதைவிட விரிவாக. அந்தப் புத்தகத்தில் சொல்லியிருக்கிறேன் என்று ஒரு தகவலுக்காகத்தான் சொன் னேன்). எனவே, நாம் இப்போது ஆழ்மனம் பற்றி கொஞ்சம் தெரிந்துகொண்டே ஆக வேண்டிய கட்டாயத்துக்கு வந்துவிட்டோம்.

மனசே ரிலாக்ஸ் ப்ளீஸ் என்று என்னிடம் யாராவது சொன்னால், நான் எந்த மனசு என்று கேட்பேன். ஏனெனில் மனித மனம் என்பது மூன்று பகுதிகளாக இருப்பதாக உளவியலாளர் பகுத்துச் சொல்கின்றனர். அவை முறையே வெளிமனம் (Conscious), உள்மனம் அல்லது ஆழ்மனம் (Subconscious) மற்றும் பிரபஞ்ச மனம் (Unconscious) ஆகியவையாகும். இதில் மனசே ரிலாக்ஸ் ப்ளீஸ் என்று எந்த மனத்திடமும் கெஞ்ச முடியாது. ஏனெனில் முதல் இரண்டு மனங்களுமே கெஞ்சல்களை மதிப்பதில்லை. குறிப்பாக இரண்டாவது மனமான ஆழ்மனத்துக்கு நாம் உத்தரவுகள்தான் கொடுக்க வேண்டும். கெஞ்சிக் கொண்டிருக்கக் கூடாது. மூன்றாவது மனமான பிரபஞ்ச மனத்திடம் கெஞ்சல் உதவலாம். ஆனால் அது ரிலாக்ஸ் ஆகவேண்டிய அவசியமே இல்லை. (ஏன் என்று சீக்கிரமே சொல்லிவிடுவேன்).

ப்ரெட் ஸ்லைஸுகள் மூன்றை ஒன்றன்மீது ஒன்றாக வைத்தது போல, கற்பனை செய்துகொள்ளுங்கள். இதில் மேலே உள்ளது வெளிமனம். அதாவது நமக்குத் தெரிந்த மனம். நமது விழிப்பு நிலையில், அதாவது பீட்டா நிலையில், ஐம்புலன்களாலும் ஏற்படும் அனுபவங்களை உணர்கின்ற மனம். விழித்துக் கொண்டிருக்கும்போது, நாம் செய்கின்ற அல்லது நமக்குச் செய்யப்படுகின்ற எல்லாவற்றையும் புரிந்துகொள்கின்ற மனம். அரித்தால் சொரியச் சொல்லும் மனம். பிராண்டப்பட்டால் முறைக்கும் மனம். கடன் கேட்கப் போகும்போது மூஞ்சியைப் பாவமாக வைத்துக் கொள்ளும் மனம். நமக்குக் கீழே உள்ளவர் களை வேலை வாங்கும்போது, கடுவன் பூனை மாதிரி முகத்தை வைத்துக்கொள்ள உதவும் மனம்.

இரண்டாவது உள்மனம் அல்லது ஆழ்மனம். நடு 'ஸ்லைஸ்'. இரண்டாவது இடத்தில், மத்தியில் இருக்கும் இது மனத்தின் மிக முக்கியமான பகுதியாகும். ஏனெனில் இது வெளிமனதைவிட, முக்கியமானது. இரண்டு அறைகள் அடுத்தடுத்து இருப்பதாக வைத்துக் கொள்வோம். முதல் அறைக்கும் இரண்டாவது அறைக்கும் இடையில் உள்ள சுவரில் ஒரு கதவு இருந்தால் எப்படி இருக்கும்? அந்தக் கதவுதான் ஆழ்மனம். அது திறந்திருந்தால் நாம் இரண்டாவது அறையிலிருந்து சாமான்களை முதல் அறைக்குக் கொண்டு வரலாம் அல்லவா? அதைப்போல, வெளிமனத்துக்கும் பிரபஞ்ச மனத்துக்கும் இடையில் பாலமாக, திறப்பாக இருப்பது ஆழ்மனம். இந்த மனம், எவ்வளவு வேலைகளைச் செய்கிறது

என்று பட்டியலிட முடியாது. அவ்வளவு செய்கிறது. மிகமிக முக்கியமான வேலைகளையெல்லாம் இதுதான் செய்கிறது.

நம்முடைய ஒட்டுமொத்த வாழ்வும் இதன் கட்டுப்பாட்டில்தான் இருக்கிறது என்று சொன்னால் அது மிகையல்ல. உதாரணமாக, நம்முடைய இதயத்தின் துடிப்பு, மூச்சோட்டம், உணவு ஜீரண மாவது போன்ற விஷயங்களை இதுதான் கவனித்துக்கொள் கிறது. இதயமே இப்போது நீ துடிப்பதை நிறுத்து, மூச்சே இன்னும் அரைமணி நேரத்துக்கு நீ ஓடக்கூடாது என்றெல்லாம் நம்மால் சொல்லமுடியாது. சொன்னாலும் நமது உள்ளுறுப்புக் கள் கேட்கவா போகின்றன?! ஏனெனில் இவைகளெல்லாம் வெளிமனத்தின் சமாச்சாரங்கள் அல்ல. ஒரு நிமிடத்துக்குக்கூட இவற்றை நம் கட்டுப்பாட்டில் நாம் வைக்க முடியாது. எனவே, இயற்கையே நமக்கு இதையெல்லாம் கவனித்துக்கொள்வதற் காக ஆழ்மனத்தைக் கொடுத்துள்ளது.

மூக்கு அரித்தால் வெளிமனத்தின் உதவி கொண்டு சொரிந்து கொள்ளலாம். ஆனால் மூச்சுவிடுவது ஆழ்மனம் சம்பந்தப் பட்டது. நம் இஷ்டத்துக்கு மூச்சை விட முடியாது. (தியானத்தின் ஒரு பகுதியாக, மூச்சுப் பயிற்சிகள் செய்யலாம். ஆனால் சில கட்டுப்பாடுகளுக்கு உட்பட்டுத்தான் அதையும் செய்ய முடியும். அக்கட்டுப்பாடுகள் ஆழ்மனம் தொடர்பானவை. உதாரணமாக, ப்ராணாயாம பயிற்சிமுறையொன்றில் எவ்வளவு நேரம் மூச்சை வெளியே விடுகிறோமோ அதைவிட மூன்று அல்லது நான்கு மடங்கு நேரம் மூச்சை உள்ளே வைத்திருக்க வேண்டும் என்று ஒரு கணக்கு உள்ளது. அதைக் கும்பகம் என்று சொல்வார்கள். இந்தக் கணக்கை விநாடிக் கணக்கில் வைத்துக்கொண்டு முயற்சி செய்யலாமே தவிர, நிமிடக் கணக்கில் வைத்துக்கொண்டு செய்ய முடியாது. ஏன் என்று உங்களுக்கே தெரியும்)!

பிரியாணியை வாயில் வைத்து மென்று அல்லது மெல்லாமல், விழுங்கும் வரைதான் வெளிமனம் வேலை செய்யும். உள்ளே போன சரக்கு செரித்து சத்தாகின்ற வேலை ஆழ்மனம் தொடர் பானது. அதில் நம்முடைய பங்கு எதுவும் இல்லை. செரிமானத் தின் 'பின் விளைவுகளை' வேண்டுமானால் வெளிமனத்தின் துணையுடன் எளிதாக்கிக் கொள்ளலாம்.

அசினோடு 'டூயட்' பாடுவது போலவோ, நிர்வாணமாகப் பறப்பது மாதிரியோ, குளிர்ந்த ஓடையில் அல்லது குளத்தில்

முக்குளி போட்டுக் குளித்து தொப்பலாக நனைவது மாதிரியோ கனவு வருவது, இந்த 'ஏரியா'விலிருந்துதான். மறந்துபோன தெல்லாம் ஞாபகம் வருவதும் இங்கிருந்துதான். நமது நினை வாற்றல் இருப்பது இங்குதான். நிறைய குப்பைகளும் கொஞ்சம் குண்டுமணிகளும் சேர்ந்திருப்பதும் இங்குதான். ஆழ்மனம்தான் தேவதை. ஆழ்மனம்தான் சாத்தான். சாத்தான் அரக்கனாகவும் தேவதை குழந்தையாகவும் இருப்பதுதான் வழக்கம். (நாம்தான் பயிற்சிகளின் மூலம் சாத்தானைக் கொன்று அல்லது வென்று தேவதையை வளர்க்க வேண்டும்).

ஆழ்மனத்தைப் பற்றிய இன்னொரு முக்கியமான செய்தி என்ன வென்றால், அதற்கு அறிவே கிடையாது! நமக்கும் அப்படித் தானே என்கிறீர்களா! நான் பகுத்தறிவைச் சொல்கிறேன். ஆம். சொல்வதையெல்லாம் ஏற்றுக்கொள்ளும் குழந்தை மாதிரி யானது ஆழ்மனம். சொல்வதையெல்லாம் நம்பும். இது நல்லது, இது கெட்டது, இது சரி, இது தவறு என்றெல்லாம் சொல்லாது. நினைக்காது. வாதம் செய்யாது. ரொம்பச் சமர்த்துப் பிள்ளை. முதலமைச்சரிடமிருந்து எந்தக் கோப்பு வந்தாலும் கையெழுத்துப் போடும் ஆளுநர் மாதிரி. அல்லது பிரதமரின் பேச்சைத்தட்டாத ஜனாதிபதி மாதிரி. மறுபரிசீலனைக்கென்று எந்தக் கோப்பையும் திருப்பி அனுப்பாது. எது கொடுத்தாலும் வாங்கிக்கொண்டு அதை வைத்து செயலாற்றும். ஒன்றில் மூன்று போனால் மீதி ஐந்து என்று சொன்னால், மரியாதையோடு நம்பி கேட்டுக் கொள்ளும். அப்ப சைபரில் நான்கு போனால் மீதி ஆறுதானே என்று கேட்கும்.

'நான் இன்னும் ஒரு வருடத்தில் பெரும் பணக்காரனாவேன்' என்று அதனிடம் அடித்துச் சொன்னால் அதையும் உடனே மரியாதையுடன் ஏற்றுக்கொண்டு, அதன்படியே ஆக்குவதற்கான வழிகளைக் காட்ட ஆரம்பிக்கும். ஹிப்னாடிசம் செய்பவர், பழுக்கக் காய்ச்சிய இரும்பு என்று சொல்லி ஒரு பென்சில் முனையை ஆழ்மனம் கட்டுப்பாட்டுக்குள் கொண்டுவரப்பட்ட வரின் நெற்றியில் வைத்தால், நெற்றியில் முனை வைத்த இடம் பொசுங்கிவிடும். காரணம், ஹிப்னாடிஸம் செய்யப்பட்டவரின் ஆழ்மனம், சொல்லப்பட்ட பழுக்கக்காய்ச்சிய பொய்யை உண்மை என்று நம்பிச் செயல்படுவதுதான். ஆழ்மனத்தின் குழந்தைத் தன்மை பற்றிய இந்த ரகசியம், நமக்கு மிகவும் பயன்படக்கூடிய ஒன்று. எப்படி என்று பின்னால் பார்ப்போம்.

இன்னொரு முக்கியமான விஷயம், உங்கள் ஆழ்மனத்தில் உங்களுக்குத் தேவையானதை நீங்கள் போட்டுக்கொண்டே இருக்க வேண்டும். இல்லையெனில் கவலை, பயம் 'ஈகோ' போன்ற உங்களுக்குத் தேவையில்லாததை, தீங்கு செய்வதையெல்லாம் அதுவே போட்டுக்கொள்ளும். போட்டுக்கொண்டே இருக்கும்.

ஃப்ரெட்ரிக் நீட்சே என்ற தத்துவவாதி, பைத்தியம் பிடித்து கொஞ்சநாள் மனநல மருத்துவமனையில் இருந்த போதும் மறக்காமல் 'இயேசுவின் எதிரி ஃப்ரெட்ரிக் நீட்சே' என்றுதான் கையொப்பமிடுவார். அவர் அப்படிச் செய்ததற்குக் காரணம், அவர் ஆழ்மனத்தில் வெறுப்பு பதிந்திருந்ததுதான். ஆழ்மனத்தில் பதிந்த விஷயத்தை எளிதில் எடுத்தெறிய முடியாது.

மகாத்மா காந்தி சுடப்பட்டபோது, 'ஹே ராம்' என்று சொன்னது ஆல்ஃபாவிலிருந்து வந்தது.

நமக்கு ஒரு விஷயம் பழக்கமாகிவிட்டது என்றால், அது ஆழ்மனத்துக்குச் சென்றுவிடும். அதனால்தான் இன்றும்கூட தண்ணி அடிக்கும், சிகரெட் பிடிக்கும் மருத்துவர்களைப் பார்க்க முடிகிறது. குடி குடியைக் கெடுக்கும் என்றும், சிகரெட் பிடிப்பது உடல் நலத்துக்குத் தீங்கானது என்பதும் நம்மைவிட மருத்துவர் களுக்கு நன்றாகவே, விரிவாகவே தெரியும். இருந்தும் அவர் களே ஏன் குடிக்கிறார்கள் என்ற புதிருக்கு விடை, அல்லது கேள்விக்கு பதில் பீட்டா, ஆல்ஃபா நிலைகள்தான். குடியால் ஏற்படும் தீய விளைவுகள் பற்றிய அவர்களுடைய அறிவெல் லாம் வெளிமனத்தில் பீட்டாவில் நிற்கிறது. குடிப்பது பழக்க மாகிவிட்டதால் அது ஆல்ஃபாவில் ஆழ்மனத்தில் சென்று இடம் பிடித்துக் கொண்டுவிட்டது. (பழக்கமாகிவிடும் எல்லா விஷயங் களும் ஆழ்மனத்தில் இடம் பிடித்துக்கொள்ளும். எனவேதான், நல்ல விஷயங்களை பழக்கமாக்கிக் கொள்ள வேண்டும்). பீட்டா மனநிலைக்கும் ஆல்ஃபா மனநிலைக்கும் சண்டை வந்தால், எப்போதுமே ஆல்ஃபாதான் ஜெயிக்கும். இதை மிகத்தெளி வாகப் புரிந்துகொள்ள வேண்டும்.

இது க்ளச், இது கியர், இது ப்ரேக் என்று தெளிவாகத் தெரிந்த பின்னரும், வண்டிகள் ஓட்டும்போது ஏன் போய் மோதிக் கொள்கிறோம்? காரணம், பயம்தான். ஏனெனில் க்ளச்சை மிதித்து, ப்ரேக்கை வெளிமனம் அழுத்திக் கொண்டிருக்கும் போதே ஆழ்மனத்தில் உட்கார்ந்து கொண்டிருக்கும் பயமானது,

'வேகமாகப் போய் மோதி நிற்பாயாக' என்று உத்தரவு கொடுத்து விடும். உடனே, நம் வெளிமனம் சுதாரிப்பதற்குள்ளாக, கால்கள் தாமாகவே ப்ரேக்குக்குப் பதிலாக ஆக்சிலேட்டரை முழு வேகத்தில் அழுத்தி ஆழ்மனத்தின் உத்தரவை நிறைவேற்றி வைக்கும்! ஆழ்மனமே விஷம். ஆழ்மனமே அமுதம். வெளி மனத்தைவிட 30,000 மடங்கு அதிக சக்தி வாய்ந்தது ஆழ்மனம் என்கிறது உளவியல்.

ஆழ்மனத்தைத் தூண்டுவது ஒன்றும் கஷ்டமான காரியமல்ல. உங்கள் காதலியை ஒருவர் கடத்திக் கொண்டுபோய் வைத்து விட்டு, ஒரு லட்ச ரூபாய் கொண்டு வந்து இரண்டு நாட்களில் கொடுத்தால்தான் விடுவேன் என்று மிரட்டினால் நீங்கள் என்ன செய்வீர்கள்? 'இரண்டு நாட்களில் ஒரு லட்ச ரூபாய் சம்பாதிப்பது எப்படி?' என்ற புத்தகம் வாங்கி படித்துக்கொண்டிருப்பீர்களா அல்லது ஒரு லட்ச ரூபாயைப் புரட்டும் காரியத்தில் உடனடியாக இறங்கிவிடுவீர்களா? இரண்டாவதுதானே? அதேபோல, லட்சியமும் நிறைவேற்ற வேண்டும் என்ற ஆசையும் இருந்தால் போதும். அதுவே வேண்டிய அளவுக்கு ஆழ்மனத்தைத் தூண்டி விட்டுவிடும்.

'சக்சஸ்' என்ற அமெரிக்கப் பத்திரிகையொன்றின் அட்டையில் தனது நிழல்படம் வரவேண்டும் என்று விரும்பிய ரிச்சர்ட் ப்ரூக் என்பவர், தனது காரின் வலது பக்க ஜன்னலில் அந்தப் பத்திரிகை அட்டையையும் அதில் தன் படத்தையும் ஒட்டி தினமும் கார் ஓட்டும்போதெல்லாம் பார்த்துக் கொள்வாராம். சில ஆண்டுகளில் அவர் நினைத்ததுபோலவே அந்தப் பத்திரிகை வெற்றியடைந்த வர்களின் பட்டியலில் தலைசிறந்தவராக அவரைத் தேர்ந்தெடுத்து அவர் நிழல் படத்தால் தன் அட்டையை அலங்கரித்தது. என்ன தேவை என்று தெளிவாக முடிவு செய்தால் போதும். எப்படி என்ற கவலை நமக்குத் தேவையில்லை. அதை ஆழ்மனம் பார்த்துக் கொள்ளும். அறியப்படாத கதவுகளையும் வழிகளையும் அது திறக்கும் என்று உளவியலாளர் சத்தியம் செய்கின்றனர்.

ஆழ்மனத்துக்குக் கீழே மிகமுக்கியமான பகுதி உள்ளது. அது தான் பிரபஞ்ச மனம். பிரபஞ்ச மனம் என்று உளவியலும் விஞ்ஞானமும் கூறினாலும், என்னுடைய அகராதியில் அதன் பெயர் இறைவன். ஆம். அந்த எல்லாம் வல்ல சக்தியிடம், மகா ஆற்றலிடம் நமக்கான தேவைகளை, ஆசைகளை ஒப்படைத் தால் அவற்றின் தகுதிகளை, தீவிரத்தை, நியாயங்களைப்

பொறுத்து அது அவற்றை நிறைவேற்றித் தரும். பிரபஞ்ச மனத்தில் இருக்கும் பிரபஞ்ச மகாசக்தியை மரியாதையாக எழுப்புவது எப்படி என்று தெரிந்து கொள்வதுதான், ஆல்ஃபா வெற்றியின் ரகசியமாகும்.

சென்னை ப்ரெசிடென்சி கல்லூரியில் பி.எஸ்.ஸி படித்த கணித மேதை ராமானுஜம் ஆங்கில பரீட்சையில் தேறவில்லை. ஆனால் கணக்கு என்று வந்துவிட்டால் கணிணியைவிட வேகமாகவும் விரைவாகவும் அவரால் பதில் சொல்ல முடிந்தது. எப்படி உங்களால் இவ்வளவு சீக்கிரம் விடைகளைச் சொல்ல முடிகிறது என்று கேட்டபோது, ‘காளி கொண்டு வந்து தருகிறாள்’ என்று சொன்னார். அதையே உளவியல் வார்த்தைகளில் சொன்னால் பிரபஞ்ச மனத்திலிருந்து அவை வந்தன என்று சொல்லலாம்.

கிட்டத்தட்ட ஆயிரத்துக்கு மேற்பட்ட கண்டுபிடிப்புகளுக்கான - எல்லாமே முக்கியமானவை - உரிமைகளை வாங்கிய தாமஸ் ஆல்வா எடிசன்கூட தன்னால் சிந்தித்து ஒரு முடிவுக்கு வர முடியாமல் போகும்போதெல்லாம் ஏதோ ஒன்று இப்படிப்போ என்று வழி காட்டும், அந்த வழியில் சென்றால் அங்கே விடை இருக்கும் என்பதாகக் கூறியுள்ளார். ‘நமக்கு மேல் ஒரு சக்தி உள்ளது என்ற நம்பிக்கை இல்லாதவனால் எதையுமே சாதிக்கமுடியாது. சாலையில் போகும்போது, விலைமதிப்பற்ற ஒரு பொருளை கண்டெடுத்தவன் போன்றதுதான் என் நிலை’ என்று மேதை ஐன்ஸ்ட்டீன் கூறினார்.

ரேடியம் கண்டுபிடித்த மேரிக்யூரி, ஆரம்பத்தில் அதற்கான வழி தெரியாமல் முயன்று தவித்து கிட்டத்தட்ட தோற்று தூங்கிப் போனபோது, தூக்கத்திலேயே எழுந்து திடீரென்று தனது சோதனைச் சாலைக்குப் போய் அந்தக் கண்டுபிடிப்புக்கான ‘ஃபார்முலா’வை எழுதி வைத்துவிட்டு மறுபடி போய் படுத்து விட்டார். தூங்கிவிழித்து போய்ப் பார்த்தவர் ஃபார்முலாவைப் பார்த்து அசந்து போயிருக்கிறார். யார் கொடுத்தது அதை? வேறு யார், ஆண்டவன்தான். அவன்தான் பிரபஞ்ச மனம். அவன்தான் பிரபஞ்ச அறிவு. அவனே எல்லாம்.

ஆண்ட்ரூ கார்னிகி என்ற கோடீஸ்வரர், விமானத்தில் தூங்கிக் கொண்டிருந்தார். திடீரென்று விழித்த அவர் தன் பாக்கெட்டி லிருந்து சின்ன குறிப்பேட்டை எடுத்து அதில் ஏதோ எழுதிவிட்டு பின்பு மறுபடியும் படுத்துத் தூங்கிவிட்டார். அதைப் பார்த்துக்

கொண்டிருந்த அவருடைய காரியதரிசிக்கு அது மிகவும் ஆச்சரிய மாக இருந்தது. விமானத்தை விட்டு இறங்கிய பிறகு அதைப் பற்றி அவரிடம் கேட்டார். 'அப்படியா? நான் இடையில் விழித்து எழுதினேனா?' என்று தெரியாததுபோல் கேட்டுவிட்டு, பாக்கெட்டிலிருந்து அந்தக் குறிப்பை எடுத்துப் பார்த்தவர், 'அட, என் பார்ட்னரிடம் ஒரு விஷயம் பற்றி கருத்து கேட்டிருந்தேன். இப்போதுதான் சொல்லியிருக்கிறார்' என்றார். அந்தப் பதிலைக் கேட்ட காரியதரிசிக்கு ஆச்சரியம் கூடியது. ஏனெனில் ஆண்ட்ரூ கார்னிகியின் வியாபாரத்தில் அவருக்கு பார்ட்னரே கிடையாது! 'பார்ட்னரா? யார்?' என்று கேட்டும் விட்டார் அந்தரங்கக் காரியதரிசி.

'தெரியாதா? ஆண்டவன்தான். அவனிடம்தான் கேட்டிருந்தேன். தூங்கும்போது சொல்லியிருக்கிறான்' என்றார்! பிரபஞ்ச மனத்தைப் புரிந்து அழகாகப் பயன்படுத்தியவர்!

அவர்களெல்லாம் மேதைகள், விஞ்ஞானிகள். சாதாரணர்களின் வாழ்வில் இப்படி நடக்குமா என்று கேட்கிறீர்களா? நடக்கும். அன்றாடம் நடந்து கொண்டுதான் இருக்கிறது. ஆனால் நீங்கள் கவனிப்பதில்லை. தேனீக்களுக்கு நாம் செய்தி அனுப்பிக் கொண்டிருக்கிறோம் என்று இறைவன் திருக்குர்ஆனில் ஒரு இடத்தில் சொல்கிறான். அப்படியானால், ஒரு தேனீயைவிடவா மனிதன் மட்டமாகப் போய்விட்டான்! சிந்தித்துப் பார்க்க வேண்டும். இறைவன் நம்மோடு பேசிக்கொண்டேதான் இருக் கிறான். ஆனால் நாம்தான் கேட்பதில்லை. இதுதான் உண்மை. அந்தக் குரலைக் கேட்பதற்கான பயிற்சிதான் தியானம் என்றும் சொல்லலாம். மறந்து போன விஷயங்கள் திடீரென்று ஞாபகம் வருகின்றனவே அந்த ஞாபகம், அந்தத் தகவல் யார் கொடுப்பது என்று நினைக்கிறீர்கள்? அதுதான் இறைவனின் குரல். ஆழ்மனம் திறந்திருந்ததால், பிரபஞ்ச மனத்திலிருந்து வந்து, வெளிமனத் தில் கேட்ட குரல். இதை நன்றாகப் புரிந்து கொள்ள வேண்டும். 'ஆண்டவன்' என்ற வார்த்தை உங்களுக்குப் பிடிக்கவில்லை யானால், நமக்குள்ளே இருக்கும், நமது பிரச்னைகளைத் தீர்க்கும் ஆற்றலிடமிருந்து வரும் செய்தி என்று வைத்துக் கொள்ளுங்கள்.

வெளிமனம், ஆழ்மனம், பிரபஞ்ச மனம் ஆகியவை பற்றிய சிறு குறிப்புதான் இது. ஆல்ஃபா தியானம் செய்ய விரும்பும் நமது நோக்கத்துக்கு இது போதும்.

5. ஆட்டோ
சஜஷன்

ஒவ்வொரு நாளும், ஒவ்வொரு வகையிலும் நான் மேலும் மேலும் சிறப்படைந்து கொண்டே வருகிறேன்.
- எமிலி கூ

தோட்டத்தை ஒட்டி அந்த கிளினிக் இருந்தது. வீடும் அங்கேயே இருந்தது. காலையில் இருந்தே மக்கள் கூட்டம் கூட்டமாக வந்து கொண்டிருந்தனர். பெரும்பாலும் நோயாளிகள். கவலை தோய்ந்த முகங்களுடன் வந்தவர்களெல்லாம் நம்பிக்கை மிளிர வெளியே சென்று கொண்டிருந்தனர்.

அந்தப் பெண்ணுக்கு மார்பில் ஒரு வீக்கம் இருந்தது. அது கேன்ஸராக இருக்கலாம் என்று அவள் ஏற்கெனவே பார்த்த டாக்டர் சொல்லியிருந்தார். ஆனால் தோட்ட வீட்டில் இருந்த மருத்துவரோ அப்படியெல்லாம் ஒன்றுமில்லை என்று அடித்துச் சொல்லிக் கொண்டிருந்தார். அவர் அப்படிச் சொல்லச் சொல்ல அந்தப் பெண்ணுக்குச் சந்தோஷமும் நம்பிக்கையும் வர ஆரம்பித்தது. அந்தப் பெண் அங்கே மூன்றாவது முறையாக

வந்திருந்தாள். முதல் முறை வந்ததிலிருந்து இந்த முறை மார்பு வீக்கம் நன்றாக வடிந்திருந்தது.

அவர் ஒரு கொல்லர். அவருக்கு ஐம்பது வயதுக்கு மேலிருக்கும். அவருடைய வலது கையை தோளுக்கு மேல் தூக்க அவரால் முடியவில்லை. கிட்டத்தட்ட பத்து ஆண்டுகளாக அந்தப் பிரச்னையால் அவர் அவதிப்பட்டுக் கொண்டிருந்தார். தோளுக்கு மேல் தூக்க முயன்றால் உயிரே போய்விடும் போல வலித்தது. தோட்ட வீட்டு மருத்துவரை நம்பி அவர் வந்திருந்தார்.

மனத்தை முழுமையாக வியாபிக்கும் ஒவ்வொரு கருத்தும் நிஜமாக மாறக்கூடியது. அந்தக் கருத்தை நம் வெளிமனத்தைக் கொண்டு மாற்ற எடுத்துக்கொள்ளும் ஒவ்வொரு முயற்சியும், அந்தக் கருத்தைப் பலப்படுத்தவே உதவி செய்யும் என்று அந்தத் தோட்ட மருத்துவருக்குத் தெரியும். அதை நிரூபிக்க கூட்டத்திலிருந்த ஒரு பெண்ணை அழைத்தார். அப்பெண் வந்ததும் இரண்டு கைகளையும் விரல்களோடு விரல்களாகக் கோக்கச் சொன்னார். அந்தப் பெண்ணும் அப்படியே செய்தாள். கைகள் இரண்டையும் சிக்கிக்கொண்டதுபோல இறுக்கச் சொன்னார். அவளும் அப்படியே செய்தாள். பின் மருத்துவர் சொன்னார், 'என்னால் கைகளைப் பிரிக்க முடியாது என்று சொல்லிக் கொள்ளுங்கள்' என்றார். அப்பெண்ணும் அப்படியே பலமுறை கூடியிருந்தவர்கள் காதில் விழும்படிச் சொன்னாள். பின் கைகளைப் பிரிக்கச் சொன்னார் மருத்துவர். அவளும் முயன்றாள். ம்ஹூம். வெளியிலிருந்து ஏதோ ஒரு சக்தி அவளுடைய கையைப் பிரிக்க முடியாமல் தடுப்பதுபோல உணர்ந்தாள் அந்தப் பெண். எவ்வளவோ முயன்றும் அவளால் சேர்த்த கைகளைப் பிரிக்க முடியவில்லை. கூடியிருந்த அனைவரும் ஆச்சரியத்துடன் அந்த நிகழ்ச்சியைப் பார்த்துக் கொண்டிருந்தனர்.

பின் அந்த மருத்துவர், 'என்னால் கைகளைப் பிரிக்க முடியும் என்று நம்பிக்கையுடன் சொல்லுங்கள்' என்று சொன்னார். அப்பெண்ணும் அப்படியே சொன்னாள். பின் கைகளைப் பிரிக்க முயன்றாள். எந்தத் தடங்கலும் இன்றி இப்போது அவளால் கைகளைப் பிரிக்க முடிந்தது. ஏதோ மேஜிக் ஷோ பார்ப்பது போல் இருந்தது சுற்றியிருந்தவர்களுக்கு.

அந்தப் பெண் செய்தது போலவே பலரையும் மருத்துவர் செய்யச் சொன்னார். அதில் பெண்கள்தான் பெரும்பாலும் வெற்றி

பெற்றனர். ஆண்களுக்கு வெற்றியின் விகிதம் சற்றுக் குறைந் திருந்தது. அதன் பின், கையைத் தோளுக்கு மேல் தூக்க முடியாத கொல்லரை அழைத்தார் மருத்துவர். தோளுக்கு மேல் கைகளைத் தூக்கும்படி சொன்னார். நம்பிக்கையில்லாமல் தோள்வரை மெல்ல வலது கையைத் தூக்கினார் அவர். பயங்கரமாக வலியெடுக்க ஆரம்பித்தது.

'வலிக்கிறது' என்று முறையிட்டார் அவர்.

'கையை கீழே இறக்காதீர்கள். அப்படியே வைத்திருங்கள். பத்து வருஷமாக அந்தக் கையைத் தோளுக்கு மேலே தூக்க முடியாது என்று நம்பி வந்திருக்கிறீர்கள். இப்போது என்னால் தூக்க முடியும் என்று நினையுங்கள்' என்றார் மருத்துவர். நோயாளி அவரை நம்பிக்கையில்லாமல் பார்த்தார்.

'சீக்கிரம், கண்களை மூடிக்கொள்ளுங்கள். என்னால் முடியும், நான் தூக்குவேன் என்று சொல்லுங்கள்' என்றார் மறுபடியும்.

பாதிமனத்துடன் கையை உயர்த்த முயன்ற அந்தக் கொல்லர், மேலே தூக்கினால் கை வலிக்கிறது என்று மறுபடியும் முறை யிட்டார்.

கையை அப்படியே வைக்கச் சொல்லிவிட்டு, 'உங்கள் வலி போய்விட்டது, போய்விட்டது' என்று சொல்லி அவர் தோளில் லேசாகத் தட்டினார் மருத்துவர். என்ன ஆச்சரியம், வலி மெல்லக் குறைந்து கொண்டே போய் கடைசியில் போயே விட்டது! 'ம், இப்போது கையை மெல்லத் தூக்குங்கள்' என்றார். கொல்லரும் அப்படியே முயன்றார். அவரால் கையைத் தோளுக்கு மேலே தூக்க முடிந்தது. வலியும் சுத்தமாக இல்லை.

'என் நெஞ்சில் உங்கள் கையால் குத்துங்கள்' என்றார் மருத்துவர். சிரித்துவிட்டு, லேசாகத் தட்டினார் கொல்லர். 'இல்லையில்லை, நன்றாக பலம் கொண்ட மட்டும் குத்துங்கள்' என்று சொன்னார் மருத்துவர். கொஞ்ச நேர தயக்கத்துக்குப் பிறகு வைகைப் புயல் வடிவேலுவின் வயிற்றில் சுந்தர் சி. குத்துவதுபோல மருத்துவர் நெஞ்சில் 'பஞ்ச்' ஒன்று கொடுத்தார் கொல்லர்.

'போதும், எனக்கு வலிக்க ஆரம்பித்து விட்டது' என்று புன்னகை யுடன் சொன்ன மருத்துவர், 'உங்களுக்கு முழுமையாகக் குணமாகிவிட்டது. பத்து வருஷமாகத் தவறான விதைகளை

உங்கள் மனத்தில் போட்டு வளர்த்து வந்திருக்கிறீர்கள். இப்போதுதான் சரியான விதைகளைப் போட்டிருக்கிறீர்கள். இதைப் புரிந்து கொள்ளுங்கள். உங்கள் அறிவு சொல்வதைவிட, உங்கள் கற்பனையை நம்புங்கள். அது ஆழ்மனத்துக்குச் சென்று உங்களுக்கு நன்மையே செய்யும்' என்று சொல்லி அனுப்பினார்.

பொதுவாக, தன் நோயாளிகளை கண்களை மூடியிருக்கச் சொல்லிவிட்டு, அவர் கீழ்க்கண்டவாறு சொல்வார்:

'நான் இப்போது சொல்லப்போகும் வார்த்தைகள் உங்கள் மனத்தில் நீங்காத இடம் பிடித்துக்கொள்ளும். உங்களுடைய அறிவையும் விருப்பத்தையும் மீறி, என்ன நடக்கிறதென்றே உங்களுக்குத் தெரியாத வண்ணம், உங்கள் முழு உடலும், உறுப்புகளும், மனமும் என் சொற்களுக்குக் கட்டுப்படும்.'

'ஒவ்வொரு நாளும், காலை, மதியம், இரவு என மூன்று வேளையும் உங்களுக்கு நல்ல பசி ஏற்படும். உணவை நீங்கள் அவசரப் படாமல் சுவைத்து உண்பீர்கள். உங்கள் பற்களால் உணவை நன்கு அரைத்து மிருதுவாக்கி விழுங்குவீர்கள். அதனால் அந்த உணவு செரிப்பதில் உங்களுக்கு எந்தக் கஷ்டமும் ஏற்படாது. உங்கள் வயிற்றிலோ குடல்களிலோ எந்தப் பிரச்னையும் ஏற்படாது. உங்கள் உணவு ரத்தமாக, சக்தியாக, பலமாக - சுருக்கமாகச் சொன்னால் ஆரோக்கியமான உயிராக மாறும்.

'நீங்கள் உணவை நன்றாகத் செரித்து விட்டதால், கழிவுகளை வெளியேற்றுவதில் உங்களுக்கு எந்தப் பிரச்னையும் ஏற்படாது. ஒவ்வொரு நாள் காலையிலும் எழுந்தவுடன் நீங்கள் கழிவுகளை முறையாக கஷ்டமின்றி வெளியேற்றுவீர்கள். அதற்காக மலமிளக்கியோ, களிம்புகளோ நீங்கள் பயன்படுத்த வேண்டிய அவசியமிருக்காது.'

'ஒவ்வொரு இரவும் நீங்கள் விரும்பும் நேரத்தில் உங்களுக்குத் தூக்கம் வந்துவிடும். நீங்கள் விழிக்கவேண்டும் என்று நினைக்கின்ற மணிவரை நன்றாகத் தூங்குவீர்கள். இத்தனை மணிக்கு விழிக்கவேண்டும் என்று நீங்கள் முடிவு செய்த நேரத்துக்குச் சரியாக உங்களுக்கு விழிப்பு வரும். உங்கள் தூக்கம் அமைதியானதாகவும், ஆழமானதாகவும், தொல்லைகளற்றதாகவும் இருக்கும். கெட்ட கனவுகளோ, பயமுறுத்தும் கனவுகளோ உங்களுக்கு வராது. கனவுகள் வந்தாலும் அவை இன்பகர

மானவையாகவே இருக்கும். விழித்தவுடன் ஆரோக்கியமாகவும், ஒளி பொருந்தியவராகவும், அந்த நாளின் வேலைகளை முடிப்பதற்குத் தயாராகவும், விருப்பம் உள்ளவராகவும் எழுவீர்கள்.

'இதற்கு முன் உங்களுக்கு மனத்தளர்ச்சி, இறுக்கம், வருத்தம், துயரம் போன்றவை இருந்திருந்தால், இப்போது அவை எதுவும் இருக்காது. அதற்குப் பதிலாக இப்போது நீங்கள் மகிழ்ச்சியாகவும், ஆர்வமாகவும், சுறுசுறுப்பாகவும் உணர்வீர்கள். கவலைப் பட்டே ஆகவேண்டும் என்பதற்கான தகுந்த காரணங்கள் இருந்தால்கூட, நான் சொல்கிறேன், நீங்கள் கவலைப்பட மாட்டீர்கள்.

'நீங்கள் பொறுமையிழந்தவராகவும், கடுகடுத்தவராகவும், எளிதில் அணுக முடியாத கோபக்காரராகவும் இதற்கு முன் இருந்திருந்தால், அதெல்லாம் மாறி, இனி நீங்கள் பொறுமை சாலியாகவும், இனிமையாகப் பேசக்கூடியவராகவும், இன்முகத்தோடு நோக்குபவராகவும், எதையுமே கட்டுப்பாட்டுக்குள் வைப்பவராகவும் இருப்பீர்கள். இதற்கு முன் உங்களை எதுவெல்லாம் எரிச்சல் படுத்தியதோ, அதெல்லாம் இப்போது உங்களை அமைதிப்படுத்தவே உதவும்.

'உங்களுக்கு இதற்குமுன் சமயங்களில் கெட்ட எண்ணங்களும், பயமும் இருந்திருந்தால், அப்படிப்பட்ட எண்ணங்கள் மெல்ல மெல்ல மறையும். மேகத்தைப்போல அவை நீங்கிப்போகும். கெட்ட எண்ணங்களும், எதிர்மறையான எண்ணங்களும் விழித்தவுடன் மறைந்து கரைந்து போகும் கனவுகளைப்போல போய்விடும்.

'உங்கள் உடலின் உறுப்புகள் யாவும் மிகச்சரியாக இயங்கும். உங்கள் இதயம் எப்படித் துடிக்க வேண்டுமோ அப்படித் துடிக்கும். ரத்த ஓட்டமும் எப்படி நடக்க வேண்டுமோ அப்படி நடக்கும். உங்கள் நுரையீரல் சரியாக இயங்கும். உங்கள் வயிறும், குடல்களும், கல்லீரலும், பித்தநீர் நாளமும், சிறுநீரகமும், சிறுநீரகப் பையும் அவைகளின் எல்லா வேலைகளையும் மிகச் சரியாகச் செய்யும். எந்த உறுப்பாவது நோய்வாய்ப்பட்டிருந்தால், அது நாளாக நாளாகக் குறைந்து சரியாகும். மிகக்குறைந்த காலத்திலேயே எல்லாம் சரியாகி ஆரோக்கியம் திரும்பும். உறுப்புகளும் சரியாக வேலை செய்யும்.

'மேலும், உடலில் ஏதாவது காயமிருந்தால், அது சீக்கிரமே முழுமையாகக் குணமடையும். புண்ணோ காயமோ இருப்பது உங்களுக்குத் தெரியாவிட்டாலும் சரியே.

'இன்னும் நான் உங்களுக்கு முக்கியமாகச் சொல்லவேண்டிய தொன்று உள்ளது. அது இதுதான். கடந்த காலத்தில் உங்களுக்குத் தன்னம்பிக்கைக் குறைந்திருந்தால், அது இப்போது தேவையான அளவு கூடியிருக்கும். உங்களுக்குத் தன்னம்பிக்கை ஏற்படும். நான் திரும்பவும் கூறுகிறேன், உங்களுக்குத் தன்னம்பிக்கை ஏற்படும். உங்களுக்கு உள்ளே உள்ள மாபெரும் ஆற்றலை அடிப்படையாக வைத்து உருவாவதே உங்கள் தன்னம்பிக்கை. உங்கள் அறிவு ஒப்புக்கொள்ளும் எந்தக் காரியத்தையும் உங்களால் செய்ய முடியும். நீங்கள் விரும்பும் எதையும் தன்னம்பிக்கையின் உதவி கொண்டு செய்து முடிக்கலாம்.

'நீங்கள் செய்து முடிக்க வேண்டிய காரியம் எதுவாக இருந்தாலும் அது எளிதானது என்றே நீங்கள் நினைப்பீர்கள். 'கஷ்டம்', 'சாத்தியமில்லை', 'என்னால் முடியாது' போன்ற வார்த்தைகள் உங்களிடமிருந்து மறைந்துவிடும். அதற்குப் பதிலாக, 'அது எளிதானதுதான்', 'என்னால் செய்ய முடியும்' போன்ற பிரயோகங்கள் வந்துவிடும். அடுத்தவர்களுக்குக் கடினமாக இருக்கும் வேலையானாலும், அது உங்களுக்கு எளிதானதாக மாறிவிடும். அவ்வேலையை நீங்கள் களைப்பின்றி, கடுமையான முயற்சிகள் தேவையின்றி, பறவை பறப்பதைப்போல, மீன்கள் நீந்துவதைப்போல எளிதாக முடிப்பீர்கள்.'

இப்படிப்பட்ட பொதுவான சஜஷன்களை தன் நோயாளி களுக்குக் கொடுப்பார் அவர். அதுமட்டுமின்றி, சில நோயாளி களுக்குச் சிறப்பாக, அவர்களின் நோய்க்கு ஏற்றபடி, அவர்கள் தலைமீது கையை லேசாக வைத்த வண்ணம் சஜஷன்களைக் கொடுப்பார். உதாரணமாக, காலில் புண் உள்ள ஒரு பெண் நோயாளியப் பார்த்து, 'உன் கால் மறுபடியும் முழு ஆரோக்கிய மடைவதற்கு என்னென்ன செய்ய வேண்டுமோ அதையெல்லாம் உன் ஆழ்மனம் பார்த்துக்கொள்ளும். உன் கால் விரைவிலேயே முழு குணமடையும். திசுக்களும் சரியாகிவிடும். தோல் மிருதுவாகவும் ஆரோக்கியமாகவும் மாறிவிடும். அதன் பிறகு அந்த ஆரோக்கிய நிலை எப்போதும் இருக்கும்' என்பது போன்ற வாசகங்களைச் சொல்வார்.

எல்லாம் முடிந்த பிறகு, தன் நோயாளிகளைக் கண்களைத் திறக்கச் சொல்வார். அழகான கனவிலிருந்து விழித்தெழுவது போல, அவர்களும் விழிப்பார்கள். கடைசியாக அவர்களிடம் அவர் பின்வருமாறு சொல்வார்:

'என்னிடம் எந்த நோய் தீர்க்கும் ஆற்றலும் இல்லை. இதுவரை நான் யாருடைய நோயையும் தீர்த்ததில்லை. நோய் தீர்க்கும் ஆற்றலானது ஒவ்வொரு நோயாளிக்குள்ளும் இருக்கும் ஒன்றாகும். அதை வைத்துக்கொண்டேதான் நீங்கள் நோயோடு அலைகின்றீர்கள். நீங்கள் பார்த்த குணமடைந்த அனுபவங்க ளெல்லாம் உங்களுக்கு உள்ளேயே இருக்கும் ஆற்றலின், சக்தியின் வெளிப்பாட்டைத்தான். உங்களுக்குள்ளேயே இருக்கும் நோய் தீர்க்கும் மனநிலையை வெளிக்கொண்டு வந்து அடையாளம் காட்டியதுதான் நான் செய்த வேலை. எனவே, உங்கள் விதி உங்கள் கைகளில்தான் இருக்கிறது. எனவே, 'ஒவ்வொரு நாளும், ஒவ்வொரு வகையிலும் நான் மேலும் மேலும் சிறப்படைந்து கொண்டே வருகிறேன்' என்ற வாசகத்தைத் திரும்பத் திரும்பச் சொல்லி வாருங்கள்' என்று முடித்துக் கொள்வார். அவரைப் போன்ற நேர்மையான, வெளிப் படையான மனிதர்கள் கிடைப்பது எவ்வளவு அபூர்வமான விஷயமாக மாறிப்போய்விட்டது இந்தக் காலத்தில்!

இதெல்லாம் நடந்தது ஃபிரான்ஸ் நாட்டில், 1921-ம் வருஷம். வெறும் வார்த்தைகளைச் சொல்லியே நோயாளிகளை குணப் படுத்திக் கொண்டிருந்த அந்த மருத்துவர்தான், இன்று உலகப் புகழ் பெற்றிருக்கும் உளவியலாளர் எமிலி கூ (Emile Coue) என்பவர். மேலே உள்ள புகழ்பெற்ற மேற்கோளின் சொந்தக் காரர். அவர் மாத்திரை மருந்து கொடுத்ததைவிட, நம்பிக்கை கொடுத்ததே அதிகம். அவர் கொடுத்த நம்பிக்கையின் பெயர் 'சஜஷன்' (suggestion). தமிழில் இதற்கு இணையான சொல் இன்னும் தரப்படவில்லை. 'ஆட்டோ சஜஷன்' அல்லது 'செல்ஃப் ஹிப்னாசிஸ்' என்பதுதான் அவருடைய மருத்துவ முறையாக இருந்தது.

Self-mastery Through Conscious Autosuggestion என்ற அவருடைய நூல் அந்தக் காலத்தில் பரபரப்பாக விற்றுத் தீர்ந்து அவருக்குப் பெரும் புகழைப் பெற்றுத் தந்தது. 'ஆட்டோ சஜஷன்' என்று இன்று உலகெங்கும் அறியப்படும் முறையை அந்த நூலில்தான் அவர் விரிவாக அறிமுகப்படுத்தினார் அல்லது

பிரபலப்படுத்தினார். 'ஆட்டோ சஜஷன் என்பது, பிறப்பிலிருந்தே ஒவ்வொரு மனிதனுக்குள்ளும் இருக்கின்ற சக்தியாகும். அது அளக்க முடியாத ஆற்றல் கொண்டதாக உள்ளது' என்றார் அவர். 'ஒவ்வொரு நாளும், நான் எல்லா வகையிலும் மேலும் மேலும் சிறப்படைந்து கொண்டு வருகிறேன்' என்ற அவருடைய வாக்கியம், உளவியல் உலகின் மந்திரமாகவே ஆகிவிட்டது.

இதெல்லாம் இங்கே எதற்காகத் தெரிந்துகொள்ள வேண்டும்? ஆல்ஃபா தியானத்துக்காக.

ஆல்ஃபா தியானத்தில் பல்வேறு பிரிவுகள் அடங்கியுள்ளன. அதில் ஒன்று 'ஆட்டோ சஜஷன்'. 'ஆட்டோ சஜஷன்' என்றால் நமக்கு நாமே சொல்லிக் கொள்ளும் நல்ல வார்த்தைகள், நன்மை பயக்கும் கருத்துக்கள், நம்பிக்கையூட்டு சிந்தனைகள் என்று பொருள். ஆட்டோ சஜஷனை மனத்தில் இறக்குவதென்பது, சுவற்றில் ஆணி அடிப்பது மாதிரியானது. சுவர் என்பதுதான் நமது ஆழ்மனம். ஆணியை எப்படி அடிப்போம்? ஹேவர்ட்ஸ் 5000 விளம்பரத்தில் வருவதுபோல, தூரத்திலிருந்து சுவரை நோக்கித் தூக்கி எறிவோம் என்று சொல்லமாட்டீர்கள் என்று நம்புகிறேன்!

கூரான நுனிப்பக்கத்தை சுவரின் முகத்தில் அல்லது முதுகில் வைத்து, திரும்பத் திரும்ப ஆணியின் தலையில் அடித்தடித்து கொஞ்சம் கொஞ்சமாக அதை சுவரின் உள்ளே செலுத்து வோமல்லவா? அப்படிச் செலுத்தி உள்ளே சென்றதும் அது உடும்பாட்டம் பிடித்துக் கொள்ளும். அதற்குப் பிறகு காலண்டர் மாட்டலாம், பேண்ட், ஷர்ட்களைத் தொங்க விடலாம், கண்ணாடி மாட்டலாம் - எது வேண்டுமானாலும் செய்யலாம். எதை மாட்டினாலும் தாங்கும். அல்லவா?

அதைப் போலத்தான் நமது ஆழ்மனமும்.

திரும்பத் திரும்ப ஒரு கருத்தைச் சொல்லும்போது, அது ஆழமாக மனத்தில் பதியும். வெளிமனத்தைத் தாண்டி ஆழ்மனத்துக்குள் இறங்கும். அப்படி ஆழ்மனத்தில் பதிக்கப்பட்ட எண்ணங்கள், நிஜமாக மாறும். இதற்கு Law of Concentrated Attention என்று பெயர். திரும்பத் திரும்பச் சொல்லப்படும் ஒரு கருத்தில், மனம் குவியும்போது, அந்தக் கருத்து என்ன சொல்கிறதோ அது நிஜவாழ்வில் நடக்க ஆரம்பித்துவிடும் என்பதுதான் அந்த விதி.

எமிலி கூ பயன்படுத்தியதும் அந்த விதியைத்தான். உங்களுக்குள்ளேயே உங்களை குணமடைய வைக்கும் ஆற்றல் உள்ளது என்று எமிலி கூ குறிப்பிட்டது ஆழ்மனத்தைத்தான்.

ஆழ்மனத்துக்குள் இறங்கும் ஆட்டோ சஜஷனுக்கு இவ்வளவு ஆற்றல் இருக்கிறது என்று புரிந்துகொள்ளாமல் ஆல்ஃபா தியானம் செய்வது, பயனுள்ளதாக அமையாது. 'ஆட்டோ சஜஷன்' என்பது 'சஜஷன்' என்ற சொல்லின் விரிவாக வருகிறது. 'சஜஷன்' என்பது வெளியிலிருந்து நமக்குள் வரும் ஒரு கருத்து. அந்தக் கருத்து ஒரு சொல்லாகத்தான் இருக்க வேண்டும் என்று அவசியமில்லை. ஒரு காட்சியாக, ஓர் இசையாக, ஓர் ஓவியமாக இப்படி எதுவாக வேண்டுமானாலும் இருக்கலாம்.

ஒருவகையில் இந்த உலகில் முக்கால் வாசிப்பேர் சஜஷனின் அடிமைகளாகத்தான் இருக்கிறார்கள் என்று சொன்னால் அது மிகையல்ல. உதாரணமாக, விளம்பரங்களைச் சொல்லலாம். வியாபாரிகள் தங்கள் விளம்பரங்களின் மூலமாக அவசிய மில்லாத ஒன்றை ஓர் அத்தியாவசியத் தேவையாக மாற்ற முடியும். விளம்பரத்தைப் பார்ப்பவர் புரிந்துகொள்ளாத வகை யிலும், ஆனால் அவர்களுடைய ஆழ்மனத்தில் இறங்கிவிடு மாறும் அவர்கள் அந்த வேலையைச் செய்கிறார்கள்.

உதாரணமாக, கோல்டு வின்னர் என்ற எண்ணெய் விளம்பரத்தில் 'ஜி ஃபார் ஹெச்' என்று சொல்கிறார்கள். 'ஜி ஃபார் ஹெச்சா?' என்று நாம் ஆச்சரியப்பட்டுக் கொண்டிருக்கும்போதே, அதன் விளக்கமாக 'கோல்டு வின்னர் ஃபார் ஹெல்த்' என்று கூறு கிறார்கள். திறமையான முறையில் வாசகம் அமைக்கப்பட்ட இந்த விளம்பரம், பார்ப்பவர்களின் மனத்தைச் சென்றடையும் என்பதில் சந்தேகமில்லை. ஏனெனில் சமையல் எண்ணெய் வாங்க வேண்டும் என்ற எண்ணம் வந்தவுடனேயே நம்மையும் அறியாமல் ஜி ஃபார் ஹெச் எண்ணெயான கோல்டு வின்னர் மனத்துக்குள் வர, நாம் நம்மையும் அறியாமல் அதை வாங்குவோம். கோல்டு வின்னர் ஒரு நல்ல சமையல் எண்ணெ யாக இருக்கலாம்.

ஆனால் 'ஜி ஃபார் ஹெச்' என்ற விளம்பரத்தின் வெற்றி, மற்ற எண்ணெய்களெல்லாம் ஆரோக்கியமற்றவை என்ற கருத்தை மறைமுகமாக விதைப்பதில் இருக்கிறது. ஆனால் இந்த உத்தி பெரும்பாலோருக்குப் புரிவதில்லை. ஒரு விளம்பரம் ஒரு நாளில்

பல தடவைகள் திரும்பத் திரும்ப வரும். இந்த repetition process சஜஷனின், முதுகெலும்பான விஷயம். திரும்பத் திரும்ப ஒரு பொய்யைச் சொன்னால்கூட அதை உண்மை என்று ஆழ்மனம் நம்பக்கூடிய வாய்ப்பிருக்கிறது.

சஜஷனுக்கு வார்த்தைகள் தேவையில்லை என்று சொன்னேன். அழகான ஓர் இளைஞன். கோட்டு, டை எல்லாம் கட்டிக் கொண்டு, பேண்ட்டை 'இன்' செய்து பெல்ட் போட்டு, ஷேவ் செய்த வழுவழு முகத்துடன் ஒரு ஜீப்பில் ஏறிப் போகிறான். ஒரு இடத்தில் நிறுத்தி நிதானமாகக் குறிப்பிட்ட பிராண்ட் சிகரெட்டைப் பற்ற வைத்து குடிக்கிறான். அதைப் பார்க்கும் ஓர் அழகான இளம்பெண் அவன்மீது காதல் கொள்கிறாள். இப்படி ஒரு விளம்பரத்தை தினமும் பல முறை, திருமணமாகாத ஒரு இளைஞன் பார்ப்பதாக வைத்துக் கொள்வோம். அவனுடைய திருமணகாலத்தில் அவன் கோட்டு சூட்டெல்லாம் போடும் போது - முதல் முறையாகவும் கடைசி முறையாகவும்! - சட்டென்று அந்த பிராண்டு சிகரெட்டைப் பற்ற வைத்து ஸ்டைலாக வாயில் வைத்தால் என்ன என்று தோன்றலாம். அதுதான் அந்த விளம்பரத்தின் வெற்றி. வார்த்தைகளே இல்லாமல் வெறும் காட்சிகளை மட்டுமே காட்டி, குறிப்பிட்ட சூழ்நிலையில் அந்த பிராண்ட் சிகரெட்டைக் குடிப்பதுதான் சிறப்பானது, பொருத்த மானது என்ற கருத்தை உங்களுக்குள் திணித்துவிடுவதில் அவர்கள் வெற்றி பெற்றுவிடுகிறார்கள் என்றே சொல்ல வேண்டும். இதை 'ஹிப்னாசிஸ்' என்றும் சொல்லலாம்.

இது மிகவும் ஆற்றல் மிக்க உத்தி. ஏனெனில், வார்த்தைகளை விட, காட்சிகள் மிகவும் ஆற்றல் மிக்கவை. மனித மனம் எதையுமே காட்சி வடிவாகத்தானே சிந்திக்கிறது? ஓர் அழகான இளம்பெண் என்று நான் சொன்னால், உடனே உங்களுக்கு மனத்தில் ஒரு ஐஸ்வர்யா ராயோ, சிம்ரனோ, அசினோ, அல்லது உங்களுக்குப் பிடித்த உங்கள் காதலியோ தோன்றுகிறார் அல்லவா? இப்படிக் காட்சிப் படுத்துவதை ஆங்கிலத்தில் விஷுவலைசேஷன் (visualization) என்று சொல்கிறார்கள். (ஆல்ஃபா தியானப் பயிற்சியில் இதற்கு முக்கிய இடமுண்டு).

ஒருவகையில் மக்களில் பெரும்பாலோர் ஒருவகையான மாஸ் ஹிப்னாசிஸுக்கு அடிமையாக இருக்கிறார்கள். டாக்டர்கள் சொல்வதை நோயாளிகளும், (நிகழ்காலத்தில் ஆரோக்கியமாக இருக்கும்) எதிர்கால நோயாளிகளும் அப்படியே நம்பி மோசம்

போகின்றார்கள். தீர்க்க முடியாத நோய் என்று டாக்டர்களால் ஒன்று சொல்லப்பட்டால் அதை வேதவாக்காக எடுத்துக் கொள்பவர்கள் ஏராளம். டாக்டர்கள் கொடுக்கும் சஜஷன் அது. அது உண்மையாகத்தான் இருக்க வேண்டும் என்ற அவசிய மில்லை. உண்மையாக இருந்தாலும் அதை நமக்கான உண்மை யாக நாம் எடுத்துக் கொள்ள வேண்டியதில்லை. அந்தக் காலத் தில் தீர்க்க முடியாத வியாதி என்று சொல்லப்பட்ட எத்தனையோ வியாதிகள் இந்தக் காலத்தில் சர்வசாதரணமானது என்றாகிப் போன வரலாறு நம்மிடம் உள்ளது.

வயிற்றுப் போக்கு வந்து ஹுமாயூன் இறந்தாராம். வயிற்றுப் போக்குக்கூட அந்தக் காலத்தில் இருந்த ராஜ வைத்தியர்களால் குணப்படுத்த முடியாத வியாதியாக இருந்திருக்கிறது. இந்தக் காலத்தில்? ஒரு லோமோஃபென் போதும். காசநோயால் அந்தக் காலத்தில் பலர் இறந்திருக்கிறார்கள். அற்புதமான கவிஞரான ஜான் கீட்ஸ் இளம் வயதில் அந்நோயால்தான் இறந்தார். My nerves are the worst part of me now என்று அந்த நோயின் அவஸ் தைகள் பற்றி அவர் தன் காதலி ஃபேனி ப்ரௌனுக்கு எழுதும் கடிதங்கள் சாகாவரம் பெற்றவை. இன்று காசநோயின் நிலமை என்ன? ஒரு இன்ஜெக்ஷன். அதைச் சுற்றி ஒரு ஒரு வட்டம். 48 மணி நேரம் தண்ணீர் படாமல் வைத்திருங்கள் என்று சொல்வார் கள். தீபாவளிக்கி தீபாவளி குளிக்கும் நமக்கு, அது சுகமான ஒரு பரிசோதனை. அதன் பின், டி.பி. இருப்பதாகத் தெரிந்தால் சில டோஸ் மாத்திரைகள் அதிகபட்சமாக ஆறு மாதங்களுக்கு. அவ்வளவுதான். தொழுநோய்கூட ஆரம்ப நிலையில் கண்டு பிடிக்கப்பட்டால், பரிபூரணமாகக் குணமடைவது சாத்தியம் என்றும் கூறுகின்றார்கள்.

என் மூலமாக ஓர் அனுபவம் ஒருவருக்கு ஏற்பட்டது. அவர் பெயர் ஜெகதீஷ். அவர் என் மாணவர். அவர் மாடியிலிருந்து வழுக்கி விழுந்து முதுகில் அடிபட்டு கடுமையான வலி ஏற்பட்டது. பரிசோதித்த டாக்டர்கள் disc prolapse என்று சொன்னார்கள். முதுகெலும்பில் உள்ள தட்டுக்களில் ஒன்று இடம் நகர்ந்துவிட்டது. அதனால் கடுமையான வலியும் வேதனையும் அவருக்கு ஏற்பட்டது. குறைந்தது ஆறு மாதங் களுக்குப் படுக்கையிலேயே இருக்க வேண்டும் என்றும், நகரவே கூடாது என்றும் சொல்லிவிட்டார்கள்.

என் மீது மிகுந்த நம்பிக்கைக் கொண்ட அவரை நான் போய்ப்

பார்த்தேன். ஒரு கட்டிலில் அவர் கிடத்தப்பட்டிருந்தார். தண்ணீர் நிரம்பிய பையொன்று அவர் தலைக்குப் பின்னால் தொங்கிக் கொண்டிருந்தது. 'பாலன்ஸ்க்'காம். இரண்டு பக்கமும் இழுத்துக் கட்டிய மாதிரி அவர் கிடந்தார். அப்படியே இருக்க வேண்டுமாம்.

நான் சில பயிற்சிகளை அவரை செய்யச் சொன்னேன். கடுமை யான வலியும் வேதனயும் இருந்தபோதும் அவர் அவற்றை விடாமல் செய்தார். சரியாக ஒன்றரை மாதம் கழித்து, என் வீட்டுக்கு அவரே சைக்கிள் ஓட்டிக்கொண்டு வந்து என்னைப் பார்த்தார். அடுத்த சில மாதங்களில் அவர் அந்த ஊரிலிருந்து ஒரு பாலிடெக்னிக்கில் 'லாப் அசிஸ்டெண்ட்'டாக வேலைக்கும் சேர்ந்தார்.

டாக்டர்கள் ஒரு சஜஷனைக் கொடுத்திருந்தார்கள். நான் வேறொரு சஜஷனைக் கொடுத்தேன். நான் கொடுத்த சஜஷனை ஜெகதீஷ் ஏற்றுக்கொண்டார். அதன் பலனாக அவர் விரை விலேயே குணமடைந்தார்.

ஒரு விஷயத்தைப் பற்றி நேற்று ஒன்று சொன்ன விஞ்ஞானம் இன்று வேறொன்று சொல்கிறது. ஆனால் இதைப் புரிந்து கொள்வதற்குள் பல உயிர்களை நாம் பலி கொடுக்க வேண்டி யுள்ளது. மக்கள் மனத்தில் பயம் விதைக்கப்படுகிறது. எய்ட்ஸ் நோய்க்கு மருந்தில்லை என்று அலோபதி கூறுகிறது. ஆனால் இருப்பதாக, சித்தா போன்ற சில வைத்திய முறைகள் கூறு கின்றன. ஆனால் நாம் எந்த சஜஷனை எடுத்துக் கொள்கிறோம்? எதிர்மறையானதை. ஏன்? முடியாது, கிடையாது, கிடைக்காது என்று எதிர்மறையானதை நம்பி நம்பியே நாம் மனத்தை பழக்கப்படுத்தி வைத்திருக்கிறோம்.

நாம் ஏற்றுக்கொள்கின்ற சஜஷன்கள் பெரும்பாலும் எதிர்மறை யானவையாகவே உள்ளன. அவை ஆழ்மனத்தில் சென்று ஆற்றலுடன் வேலை செய்யும்போது, அந்த சஜஷன் உண்மை யாகிவிடுகிறது. ஒருவருக்கு அது உண்மையானால் ஒரு கூட்டமே உடனே அதை ஏற்றுக் கொள்கிறது. நமது வாழ்க்கை இப்படித்தான் தன்னுணர்வற்ற ஹிப்னாசிஸால், சஜஷனால் ஆட்டுவிக்கப்பட்டுக் கொண்டிருக்கிறது.

இதை முதலில் புரிந்துகொள்ள வேண்டும். இதற்கு மாற்று என்ன?

எதைப் பற்றியுமே நேர்மறையாகச் சிந்திக்கின்ற பழக்கம் ஏற்பட வேண்டும். பாசிடிவ்வான சஜஷன்களை மட்டுமே ஏற்றுக் கொள்ள வேண்டும். ஜெகதீஷ் ஏற்றுக் கொண்டதுபோல. ஆனால் இது எளிதான காரியமா என்றால் இல்லை. ஏனெனில் ஒரு மகா சக்தியாக, ஒரு 'ஆர்க்கிடைப்பல்' ஆற்றலாக எதிர்மறையான சிந்தனைகள் வளர்ந்து நிற்கின்றன. ('ஆர்க்கிடைப்' என்றால் ஒட்டுமொத்த சமுதாயத்தின் சிந்தனை என்று சொல்லலாம்). ஒவ்வொரு பகுதியிலும் அதற்குரிய 'ஆர்க்கிடைப்' வேலை செய்து கொண்டிருக்கும். மயிலாப்பூர் என்றால் ஒரு சமுதாயத்தவரின் ஆதிக்கமும், மண்ணடி என்றால் இன்னொரு சமுதாயத்தவரின் ஆதிக்கமும் அந்தந்தப் பகுதியின் 'ஆர்க்கிடைப்'பாக இருக்கும்.

ஒரு 'ஆர்க்கிடைப்' எதிர்மறையானதாக இருந்தால், நமக்கான நன்மை கருதி அதை உடைக்க வேண்டும். அதற்கு ஆல்ஃபா பயிற்சியை விட்டால் வேறு வழியில்லை. ஏனெனில் ஒரு சமுதாயத்தின் சிந்தனைப் போக்கை மீறும் தனிமனிதன், தனக்கு அல்லது தன் குடும்பத்தினருக்கு ஒரு நன்மையை ஏற்படுத்திக் கொள்கின்ற விஷயம் அது. இதற்கு ஆல்ஃபா பயிற்சிதான் உதவ முடியும். ஆல்ஃபா தியானத்தினால்தான், ஆழ்மனத்துக்கு உத்தரவுகள் கொடுக்க முடியும். ஆல்ஃபா மனநிலையில் அக்கட்டளைகள் கொடுக்கப்பட்டால்தான் அவை வேலை செய்யும்.

இப்போது உங்கள் முன் ஒரு கேள்வி எழலாம். ஒரு நோயைப் பற்றி டாக்டர்கள் சில உண்மைகளைச் சொல்லும்போது, நாம் கற்பனையாகச் சிலதை நினைத்துக் கொள்வது எப்படி உதவும்? நோய் என்பதே ஒருவித மனநிலைதான். ஆரோக்கியம் என்பது நோய்மனநிலைக்கு நேரெதிரான மனநிலை என்று கொள்ளலாம். உதாரணமாக, மன அழுத்தம் (depression) என்ற நோய் உடலில் உள்ள வேதிப்பொருள்களின் சமநிலை கெடுவதனால் ஏற்படுவதாகக் கூறுகிறார்கள். ஆனால் உண்மை இதற்கு நேர் மாறானது. முதலில் மன அழுத்தம் வருகிறது. அதன் காரணமாக உடலிலுள்ள வேதிப்பொருள்களின் சமநிலை கெடுகிறது. இதுதான் உண்மை. சரியான மருந்தென்பதே சரியான சிந்தனை தான். இதைத்தான் 'சைகோதெரப்பி' என்கிறார்கள். அறுவை சிகிச்சைக்கு முன் மரத்துப் போகும் மருந்தோ, மயக்கமடையச் செய்யும் மருந்தோ கொடுப்பார்கள் அல்லவா? அதற்கு 'அனஸ்தீசியா' என்று பெயர் என்பது உங்களுக்குத் தெரிந்திருக்

கும். ஆனால் மயக்க மருந்து எதுவும் கொடுக்காமல் ஹிப்னாடிஸ முறையில் சஜஷன் கொடுத்தே வலி இல்லாமல் அறுவை சிகிச்சை செய்ய முடியும். மருத்துவ உலகம் ஒப்புக்கொண்ட முறைகளில் இதுவும் ஒன்று. இதற்கு 'ஹிப்னோஅனஸ்தீசியா' என்று பெயர்.

உணர்ச்சிகள், வலி, இன்பம், பசி, காட்சிகள், சத்தம், தொடு உணர்ச்சி இப்படி எதை வேண்டுமானாலும் ஒருவருக்கு சஜஷனின் மூலம் ஏற்படுத்தலாம். அல்லது இருப்பதை 'கான்சல்' செய்யலாம். என் குரு ஒருநாள் ஒரு சிஷ்யருக்கு இதன் விசேஷத்தைப் புரியவைத்தபோது, நான் இருந்தேன். அவர் என் குருவிடம் ஒரு கேள்வி கேட்டார். 'உடம்பில் வரும் வலியை எப்படிக் கற்பனயால் நீக்க முடியும்? அந்த வலி நிஜமானது அல்லவா?' என்றார். என் குரு அவரை அருகில் அழைத்தார். சிஷ்யரின் உடல் நன்கு தடித்தது. என் ஞானாசிரியரின் உடம்பு நார்மலானது. உடல் என்று பார்த்தால் ஞானசிரியரைவிட சிஷ்யரே பலம் பொருந்தியவராக இருப்பார் என்று பார்த்தாலே புரியும். சிஷ்யரின் இடது கையை தன் வலது கையால் லேசாகப் பிடித்தார்.

'வலிக்குதா? வலிக்குதா?' என்றார்.

'இல்லை' என்றார் சிஷ்யர்.

'இப்ப? இப்ப?' என்றார்.

'இல்லை' என்றார் சிஷ்யர். வலிக்கிறதா என்று அவர் கேட்பதும், இல்லை என்று சிஷ்யர் சொல்வதுமாய் ஒரு நிமிடம் போயிருக்கும். திடீரென்று சிஷ்யர், 'ஆ, வலிக்குது, வலிக்குது' என்று கதற ஆரம்பித்தார். ஞானாசிரியர் பிடித்திருந்த பிடியில் எந்த இறுக்கமும் இல்லை. வலிக்கவில்லை என்று சிஷ்யர் சொன்னபோது எப்படிப் பிடித்திருந்தாரோ அப்படித்தான் வலிக்கிறது என்று கதறியபோதும் பிடித்திருந்தார். ஆனால் கையை யாரோ பிடித்து தலைகீழாகத் திருகிய மாதிரி அலறினார் சிஷ்யர்.

'இப்ப வலிக்குதா?' என்று கேட்டார் என் ஞானாசிரியர்.

'வலிக்குது, வலிக்குது' என்று இரண்டு மூன்று முறை சொன்ன சிஷ்யர், 'இப்ப இல்லை' என்று நார்மலானார்.

'பார், உன் கையை நான் தொடாமலேகூட இந்த வலியை ஏற்படுத்தியிருக்க முடியும். வலியை ஏற்படுத்த முடியுமென்றால்

வலியைப் போக்கவும் முடியும். உடல் சார்ந்த எதுவுமே நம்முடைய கட்டுப்பாட்டுக்குள் இருப்பதுதானப்பா. வலித்தால் மனத்தால் அதைப் போக்கவும் முடியும். மனத்தால் அதை ஏற்படுத்தவும், அதிகப்படுத்தவும், குறைக்கவும் முடியும், புரியுதா?' என்றார். சிஷ்யரின் முகத்தில் ஈயாடவில்லை. வெகு நேரம் தன் கையையே பார்த்துக் கொண்டிருந்தார். அது தன் கைதானா என்பதைப்போல.

சஜஷனின் ஆற்றலை இதிலிருந்து புரிந்துகொள்ளலாம்.

இங்கேதான் ஆழ்மனம் பற்றி நான் ஏற்கெனவே சொன்ன ஒரு ரகசியத்தை மீண்டும் நினைவு கூர வேண்டும். ஆழ்மனத்துக்கு அறிவே கிடையாது என்ற ரகசியம்தான் அது. நாம் நம்பக்கூடிய விஷயம் உண்மையா பொய்யா என்பதைப் பற்றி அதற்குக் கவலை இல்லை. அதற்குள் ஒரு கருத்து இறங்கிவிட்டால் போதும். அதை உண்மையாக அது மாற்றிவிடும்.

பயம் என்பது ஆழ்மனத்தில் இருப்பது என்று ஏற்கெனவே கூறியிருக்கிறேன். இப்போது அதை அடிப்படையாக வைத்து ஓர் உதாரணம் தருகிறேன். நள்ளிரவு. நீங்கள் என்னைப் போன்ற ஒரு மனிதர் என்று வைத்துக் கொள்ளுங்கள் (அதாவது ஒரு பயந்தாங்கொள்ளி)! தொலைக்காட்சி பார்த்துக் கொண்டிருக் கிறீர்கள். வீட்டில் உங்களைத் தவிர வேறு யாரும் இல்லை. அப்போது திடீரென்று 'கரண்ட் கட்' ஆகிவிடுகிறது. உங்களுக்கு எப்படி இருக்கும்? அந்த நேரத்தில் உங்கள் பின்பக்கமாக ஒரு கை உங்கள் தோள்மீது வைக்கப்படுகிறது. உங்களுக்கு என்னாகும்? உயிரே போனாலும் போய்விடலாம். ஆனால் அதிர்ஷ்டவசமாக கை வைக்கப்படும் நேரம் 'கரண்ட்' மீண்டும் வந்து விடுகிறது. அதனால் உயிர் போவதிலிருந்து நீங்கள் தப்பித்தீர்கள் என்று வைத்துக் கொள்வோம். ஆனால் பயம்? நிச்சயமாகக் கை தோளில் பட்ட அந்தக் கணத்தில் பயங்கரமாகப் பயந்து போயிருப்பீர்கள். திரும்பிப் பார்த்தால் உங்கள் நண்பன் நின்று கொண்டிருக்கிறான். (அவன் எப்படி உள்ளே வந்தான் என்பதை யெல்லாம் கதைக்குள் கதையாக வைத்துக் கொள்ளலாம். இப்போது மெயின் எபிசோடை மட்டும் பார்ப்போம்).

பேயோ பிசாசோ என்று நினைத்ததெல்லாம் பொய்யாகி உயிர் காப்பான் தோழன் என்பதுபோல், உங்கள் நண்பன் நின்று கொண்டிருக்கிறான். நீங்கள் அவனைப் பார்த்ததும்தான் ஆசுவாச

மடைகிறீர்கள். நார்மலுக்கு வருகிறீர்கள். பயம் போய்விட்டது. எனினும் உங்கள் இதயத்தின் வேகமான துடிப்பு, சட்டென உங்களுக்கு ஏற்பட்ட வியர்வை, இதெல்லாம் மறுபடியும் சட்டென நார்மலுக்கு வருமா? வியர்வை உடனே மாறி உடல் காய்ந்து விடுமா என்றால் இல்லை என்று உங்களுக்கே தெரியும். வந்தது பேயோ பிசாசோ அல்ல. ஆனால் இதுவோ, அதுவோ என்று கற்பனையான ஒன்றை நம்பி உங்கள் இதயம் வேகமாகத் துடிக்க ஆரம்பித்தது. உடல் வியர்க்க ஆரம்பித்தது. மறுக்க முடியுமா?

அப்படியானால் என்ன அர்த்தம்? ஒரு பொய்யை நம்பி உங்கள் உடல் பாதிக்கப்பட்டுவிட்டது என்பதுதானே உண்மை? ஆமாம் என்றால் இதன் பின்னால் உள்ள ஒரு பிரபஞ்ச விதியை நீங்கள் தெளிவாகப் புரிந்துகொள்ள வேண்டும். நீங்கள் நம்புவது உண்மையோ பொய்யோ, ஆனால் நம்பிவிட்டால், அது ஆழ்மனத்துக்குச் சென்றுவிட்டால், அதற்கு ஏற்றவாறு அது உத்தரவுகள் கொடுக்கும். அதன் உத்தரவுகள் உடனே உடலால் மரியாதையுடன் ஏற்று செயல்படுத்தப்பட்டுவிடும். மரத்தில் அடிக்கப்பட்ட ஆணியில் மாட்டிய சட்டை பின்பக்கமாக இழுக்க, பேய் இழுப்பதாக நினைத்து செத்தவன் கதை உங்களுக்குத் தெரியும்தானே?

எனவே, உங்களுக்கு வேண்டியதை மட்டும் நம்புங்கள். ஏனெனில் அது உங்களை வாழவைக்கும். நம்பினால் போதாது, அந்த நம்பிக்கை ஆழ்மனத்துக்குள் போக வேண்டும். ஆழ்மனத் துக்குள் ஒரு கருத்து போக, அது ஆட்டோ சஜஷனாகத் திரும்பத் திரும்பச் சொல்லப்பட அல்லது கற்பனை செய்யப்பட வேண்டும். அந்தக் கற்பனை வேலை செய்ய, அது ஆல்ஃபா மனநிலையில் சொல்லப்பட அல்லது செய்யப்பட வேண்டும்.

ஆல்ஃபாவில் நமக்கு வேண்டிய கட்டளைகளை, கருத்தை, கற்பனையை நாமே உணர்வுபூர்வமான நிலையில் கொடுத்துக் கொள்வதால், அதற்கு ஆட்டோ சஜஷன் என்று பெயர். ஆல்ஃபா வுக்கும் ஆட்டோ சஜஷனுக்கும் உள்ள தொடர்பு புரிந்திருக்கும் என்று நினைக்கிறேன்.

6. சினிமா பாருங்கள்

ஒரு மனிதன் எதை எண்ணுகின்றானோ அதாகவே ஆகின்றான்.
- புனித பைபிள்

ஆல்ஃபாவுக்குள் செல்வதற்கு முன் அது தொடர்பான சில உபகரணங்களைப் பற்றித் தெரிந்துகொள்ள வேண்டியுள்ளது என்பதை ஏற்கெனவே சொன்னேன். முந்திய அத்தியாயங்களில் ஆழ்மனம், ஆட்டோ சஜஷன் ஆகியவை பற்றித் தெரிந்து கொண்டோம். இந்த அத்தியாயத்தில், கற்பனை அல்லது விஷுவலைசேஷன் பற்றித் தெரிந்து கொள்ள இருக்கிறோம். நான் தரப்போகும் ஆல்ஃபா பயிற்சி, பல விஷயங்களை உள்ளடக்கிய ஒரு 'மொத்தமான' பயிற்சி. அது ஆல்ஃபாவே அல்ல, வேண்டுமானால் ஆல்ஃபா ப்ளஸ் என்று சொல்லலாம் என்று ஏற்கெனவே சொன்னதை மறுபடியும் ஞாபகப்படுத்திப் பார்த்துக் கொள்ளவும்.

கற்பனை என்பது மனிதனுக்கு இறைவனால் வழங்கப்பட்ட பல அருட்கொடைகளில் ஒன்று. சாதனைகள் செய்வதற்கான

கருவிகளில் அது முக்கியமானது. வெற்றியின் அஸ்திவாரமாக கற்பனை இருக்கிறது என்றுகூடச் சொல்லலாம். ஒரு மனிதனால் எதைக் கற்பனை செய்ய முடியவில்லையோ அதை அவனால் அடையவே முடியாது. நவீன உளவியலாளர்களும் இதைத்தான் கொஞ்சம் வேறு மாதிரியாக, 'மனிதன் எதைக் காட்சி ரூபமாகச் சிந்திக்கிறானோ அதையே அவன் அடைகிறான்' என்கிறார்கள். இதையே நாம் இப்படிச் சொல்லலாம். ஒரு மனிதன் எதை அடையவேண்டும் என்று நினைக்கிறானோ அதை முதலில் கற்பனையில் அடைய வேண்டும். ஏனெனில் நாம் கற்பனை செய்யாத ஒன்றை நம்மால் அடையவே முடியாது.

இங்கே ஒரு கேள்வி பிறக்கலாம். ஒவ்வொரு நாளும் படுக்கையில் ஏதாவது ஓர் உலக அழகியையோ அல்லது உலக அழகனையோ கற்பனை செய்து கொண்டுதான் இருக்கிறேன். ஆனால், அவர்கள் பல ஆண்டுகளாகியும் கிடைக்கவில்லையே ஏன்? அவர்கள் கிடைப்பதற்கான அறிகுறிகள்கூட தென்படவில்லையே?

இவ்விதமான கற்பனையில் இரண்டு குறைபாடுகள் உள்ளன. ஒன்று பரிபூரண நம்பிக்கையின்மை. இன்னொன்று செக்ஸ் கலப்பு. ஐஸ்வர்யா ராயையோ அல்லது ஹ்ரிதிக் ரோஷனையோ நீங்கள் திருமணம் செய்து கொள்வதாகத் தினமும் கற்பனை செய்வதாக வைத்துக் கொள்வோம். இந்தக் கற்பனை ஏன் நிறைவேறவில்லை? இது ஏன் ஆழ்மனத்துக்குள் செல்லவில்லை? ஆழ்மனத்துக்கு ஐஸ்வர்யாவையும் ஹ்ரிதிக் ரோஷனையும் பிடிக்காதா என்ன?

அப்படியல்ல. இப்படிப்பட்ட கற்பனைகளைச் செய்யும் உங்களுக்கே தெரியும் இது வீண் கற்பனை என்று. ஒரு நடிகையையோ அல்லது நடிகனையோ பற்றி நாம் கற்பனை செய்யும்போது, அவர்களோடு நெருக்கமாக இருப்பதாக கற்பனை செய்யும் சுகத்துக்காகச் செய்கிறோமே தவிர, அவர்களை அடைய வேண்டும் என்று தீவிரமாகச் செய்வதில்லை. நான் சொல்வதில் உள்ள உண்மையை பொய் என்று நீங்கள் கற்பூரம் அணைத்து அல்லது எரியும் கற்பூரத்தை விழுங்கி சத்தியம் செய்தாலும் நான் நம்பப் போவதில்லை.

இவ்விதமான கற்பனைகளுக்கு substitute satisfaction என்று பெயர். அதாவது, ஒன்று கிடைக்காது என்று தெரிந்த பிறகு,

நம்முடைய மன சந்தோஷத்துக்காகச் செய்யப்படும் தாற்காலிக ஏற்பாடு. இவ்வித ஏற்பாடுகளால் உண்மையான சந்தோஷம் கிடைக்காது. இந்த மாற்று சந்தோஷங்களே உண்மையான சந்தோஷங்கள் கிடைப்பதற்குத் தடையாக அமைந்துவிடும். பூனைக்குட்டியைச் செல்லக் குழந்தையாக வளர்ப்பவளுக்கு, அந்தப் பூனைக்குட்டி இருக்கும்வரை கர்ப்பமே தரிக்காதது போல. ஓசியில் டிவி பார்ப்பவனுக்கு வாழ்நாளில் சொந்தமாக ஒரு டிவி வாங்கும் தகுதி ஓசிடிவி பார்க்கும்வரை வராததுபோல. இப்படிப்பட்ட கற்பனையை நீங்கள் சந்தேகத்துக்கு அப்பாற்பட்ட வகையில், நூற்றுக்கு நூறு நம்பிக்கையுடன் செய்ய முடியுமா என்றால் முடியாது. எப்படி முடியும்? உண்மை நிலைதான் உங்களுக்கே தெரியுமே!

இரண்டாவது காரணம், இன்னும் தெளிவானது. ஒரு கற்பனை உண்மையாக வேண்டுமெனில் அது ஆல்ஃபாவுக்குள் செய்யப் பட வேண்டும். ஆல்ஃபாவுக்கென்று சில சட்டதிட்டங்கள் உண்டு. அதைப் பின்பற்றாவிட்டால், அது எந்த உத்தரவையும் நிறைவேற்றாது. (கற்பனை ஆல்ஃபாவைப் பொறுத்தவரை ஒரு உத்தரவு). ஆல்ஃபாவின் சட்டதிட்டங்களில் ஒன்று 'நோ செக்ஸ்'. ஆமாம். செக்ஸ் கலந்த கற்பனை நிறைவேறவே நிறை வேறாது. அது உங்கள் சொந்தக் காதலி பற்றிய கற்பனையாக இருந்தாலும் சரி. கற்பனையில் செக்ஸைக் கலப்பதால், பிரயோஜனமில்லை என்பது மட்டுமல்ல, நம்முடைய சக்தியும் - எந்தச் சக்தி என்று சொல்லத் தேவையில்லை - விரயமாவதுதான் மிச்சம். இல்லை, ம்ஹூம், மிச்ச சொச்சம் எங்கே இருக்கப் போகிறது! செக்ஸும் உணர்ச்சிவசப்படுதலும் ஆல்ஃபா மனநிலைக்கு எதிரானது.

இதில் இன்னொரு விஷயமும் உள்ளது. எந்தக் கனவு நிறைவேற வேண்டுமென்று நீங்கள் கற்பனை செய்கிறீர்களோ, அது உங்கள் லட்சியமாக இருக்கவேண்டும். குறுகியகால தாற்காலிக லட்சிய மாகவாவது இருக்கவேண்டும். லட்சியத்தின் தீவிரத்தோடு இருந்தால்தான், ஆல்ஃபா உள்ளே வர அனுமதிக்கும். இது நடந்தே ஆகவேண்டும் என்கிற வெறி - நேர்மறையானதுதான் - இருக்கவேண்டும். அல்லும் பகலும் உங்களை ஆட்டுவிக்கும் சிந்தனையாக அது இருந்தால் மிக்க நன்று. அதைத்தான் பற்றி எரியும் ஆசை என்று சொல்வார்கள். சாலையில் போகும்போது கிடைக்கும் ஒரு குதிரை லாடத்தைக் கையில் எடுத்தவுடன், ஒரு

குதிரை வாங்கினால் என்ன என்று கற்பனை செய்தால் அது நடக்காது. ஏனெனில் குதிரை வாங்க வேண்டும் என்ற உங்கள் ஆசை அந்த லாடம் கொடுத்தது. அதைப்போல, ஒரு நடிகையை அல்லது ஒரு நடிகனைத் திருமணம் செய்து கொள்ள வேண்டும் என்ற கற்பனை அவர்களுடைய நிழல் படம் அல்லது அவர்கள் நடித்த படம் கொடுத்தது. எனவே, இந்த வகையிலும் இதை யொத்த கற்பனைகள் பலவீனமாகிப் போகின்றன.

நீங்கள் உங்கள் ஆழ்மனத்தில் திணிக்கும் கருத்து, சஜஷன், நீங்களாக ஏற்படுத்திக் கொண்டதாக இருக்க வேண்டும். உங்கள் ஆசையாக அது இருக்கவேண்டும். அடுத்தவர் போட்ட விதையாக இருக்கக்கூடாது. அப்படி இருந்தால் அதில் தீவிரம் இருக்காது.

இங்கே இன்னொரு கேள்வி முளைக்கலாம். அப்படியானால், அடுத்தவர் சொல்லும் எந்த நல்ல விஷயத்தையும் நாம் எடுத்துக் கொள்ளக் கூடாதா? நியாயமான கேள்வி. ஆனால் அப்படியல்ல. நல்ல கருத்தை யார் வேண்டுமானாலும் நமக்குக் கொடுக்கலாம். லட்சியமே இல்லாமல் நாம் வாழ்ந்து கொண்டிருந்தால், அது தவறு, ஒரு லட்சியம் தேவை என்று ஒரு நல்ல வழிகாட்டி நமக்கு திசையை, பாதையைக் காட்டலாம். தவறில்லை. அதையும் நாம் மனத்தில் போட்டுக் கொள்ளலாம். ஆனால் உடனே வாங்கி விழுங்கும் குலாப்ஜாமுன், பால்கோவா மாதிரி செய்யக்கூடாது. அது செரிக்காது. அடுத்தவரிடமிருந்து நமக்கு வரும் நல்ல கருத்துக்களை முதலில் நாம் அசைபோட வேண்டும். அது பற்றி சிந்திக்க வேண்டும். சரி இது நமக்கு ஏற்ற, தேவையான நல்ல சஜஷன்தான் என்ற முடிவுக்கு வரவேண்டும். இப்படியெல்லாம் செய்தால் அடுத்தவரிடமிருந்து ஒரு கருத்து உங்களுக்குக் கிடைத்திருந்தாலும் அது உங்களுடைய கருத்தாகிவிடும். அதன் பிறகு ஆல்ஃபாவில் கொடுத்து 'ப்ராசஸ்' செய்ய வேண்டியது தான். புரிந்ததா?

எல்லா எண்ணமும் நமது மனத்திரையில் ஒரு காட்சியாகவே விரிகிறது. 'யெல்லோ யெல்லோ டர்ட்டி ஃபெல்லோ' என்ற வாக்கியம் காதில் விழுந்தவுடன் ஒரு சிறுவனின் உருவமும் அமிதாப் பச்சனும் நமது கற்பனையில் வந்துவிடுகிறார்கள் அல்லவா? சிக்கன் சிக்ஸ்ட்டி ஃபைவ் என்று சொன்னவுடன் செவசெவ என வருத்த சிக்கன் துண்டுகள் கற்பனையில் வருகின்றனவல்லவா? 'கசின்' என்று சொன்னால்கூட 'அசினா?'

என்று கேட்கிறோமோ அப்போது நம் மனத்தில் வார்த்தையா வருகிறது? அவரிடம் நமக்கு மிகவும் பிடித்த விஷயங்கள், பிடித்தப் பகுதிகள் 'க்ளோசப்'பில் வருகிறதல்லவா? மனிதமனம் எண்ணுகின்ற முறையே இதுதான். காட்சிகளாகத்தான் மனம் நினைக்கிறது. சிந்திப்பது என்று சொன்னாலே கற்பனை செய்வது என்றுதான் அர்த்தம்.

மனத்தில் எண்ணி எண்ணி உருவாக்கப்படுகின்ற காட்சிகள்தான் நமது எதிர்காலத்தையே தீர்மானிக்கின்றன. அவைதான் நமக்குத் தேவையான வாய்ப்புகளையும், தேவையில்லாத சூழ்நிலை களையும் நம்மை நோக்கி இழுத்துவருகின்றன. ஆமாம். நன்மைக்கு மட்டுமல்ல, எல்லாவிதமான தீமைக்கும் கற்பனை தான் காரணம். நாம் இருக்கின்ற தெருவில் நாலு வீடு தள்ளி ஒரு வீட்டில் உள்ளவர்களுக்கு சிக்குன் குன்யா காய்ச்சல் வந்து விட்டால், ஐயையோ, நமக்கும் வந்து விடுமோ என்று பயந்து தேவையில்லாத 'பாதுகாப்பு ஏற்பாடுக'ளெல்லாம் செய்கி றோமே அதன் பேர் என்ன? முட்டாள்தனமான கற்பனை. ஆனால் தீவிரமான முட்டாள்தனமாக அது இருப்பதனால், அச்சம் என்ற அஸ்திவாரத்தில் அது இயங்குவதால், ஆழ்மனம் உடனே அதை ஏற்றுக்கொண்டு செயல்பட ஆரம்பித்துவிடும். நிச்சயமாக நமக்கு சிக்குன் குன்யா காய்ச்சல் வரும். அப்படி வந்த பிறகு, கற்பனையால் வந்தது என்று நினைப்பீர்களா, அந்தத் தெருவில் வந்ததனால் உங்களுக்கும் வந்தது என்று நினைப்பீர் களா? நிச்சயமாக இரண்டாவதுதான். இப்படி நோய் வந்து உங்களைத் தாக்கும்போது, ம்ஹூம், சரியாகச் சொன்னால் நோயை இழுத்து உங்களுக்கு நீங்களே பாதிப்பை ஏற்படுத்திக் கொள்ளும்போது, 'இன்ஃபெக்ஷன்' பற்றி நீங்கள் நினைத்துக் கொண்டிருந்த அல்லது மருத்துவர்கள் சொன்ன கருத்துத்தான் பலப்படுமே தவிர, உங்கள் கற்பனையின் ஆற்றலை நீங்கள் உணர மாட்டீர்கள். இப்படித்தான் நோய்கள் பரவுகின்றன.

அமெரிக்க மருத்துவர்கள் ஒன்று சொல்கிறார்கள். அதாவது, மனிதனுக்கு வருகின்ற நோய்களில் தொண்ணூறு சதவிகிதம் psychosomatic என்று. Psycho என்பது மனம். Soma என்பது உடல். சோமபானம் அல்ல. நோய் முதலில் மனத்தில் ஏற்பட்டு பிறகு உடம்பில் தன்னை வெளிப்படுத்திக்கொள்கிறது என்று அவர்கள் - மிகச்சரியாகச் - சொல்கிறார்கள். மனத்தில் ஆரம்பிக்கிறது என்றால் என்ன? கற்பனையில் தொடங்குகிறது என்று அர்த்தம்.

அதாவது ஒரு மனநிலை நோயாகவும் இன்னொரு மனநிலை ஆரோக்கியமாகவும் இருக்கிறது.

'அல்சர் என்பது நீங்கள் சாப்பிடுவதனால் உருவாவது இல்லை. உங்களை எது சாப்பிட்டுக் கொண்டுள்ளதோ அதனால் உருவாவது' என்று ஒரு மருத்துவமொழி உள்ளது. அதாவது கவலைதான், டென்ஷன்தான் அல்சரை உருவாக்குகிறது என்ற அர்த்தத்தில் சொல்லப்பட்ட உண்மை அது. இன்றைய கேன்சரில் இருந்து பி.பி. கொலஸ்ட்ரால், சுகர் வரை எல்லாமே கற்பனை யின் தீவிரத்தால் கூடவோ, குறையவோ, நீங்கவோ செய்கின்றன என்று அர்த்தம்.

இந்த இடத்தில் எனக்குத் தீவிரமான எதிர்ப்பைத் தெரிவிப்பீர்கள் என்று தெரியும். பி.பி. சுகர் எல்லாம் கற்பனையா? உங்களுக்கு வந்தால்தான் தெரியும் என்று பாசத்தோடு சொல்வீர்கள் என்றும் தெரியும். இப்போதுதான் நாம் கற்பனை பற்றிய ஒரு முக்கிய மான கட்டத்துக்கு வந்திருக்கிறோம். கற்பனை என்பது உண்மையா பொய்யா என்பதுதான் இப்போது நம்மிடையே இருக்கும் முக்கியமான அடுத்த கேள்வி. இதற்குச் சரியான பதில் கற்பனைகள் பொய்யாகத் தொடங்கலாம், ஆனால் உண்மையாக முடிகின்றன என்பதுதான். வெறும் கற்பனையால் ஒரு நோயைக் குணப்படுத்த முடியாது என்பது உங்கள் உறுதியான எதிர்மறைக் கற்பனையாக இருப்பதற்கு நான் எப்படிப் பொறுப்பாக முடியும்?!

நம்முடைய வாழ்வில் நாம் சந்திக்கும் எல்லா வெற்றிக்கும் தோல்விக்கும் நோய்களுக்கும் கஷ்டங்களுக்கும் பிரச்னைகளுக் கும் தெரிந்தோ தெரியாமலோ நாம் கற்பனை செய்ததுதான் காரணம். யூதர்களெல்லாம் உயிர் வாழ்வதற்கே லாயக்கில்லாத வர்கள் என்பது ஹிட்லரின் கற்பனை. பாபரி மஸ்ஜித் வளாகத்தில் தான் ராமர் பிறந்தார் என்பது ஒரு சமூகத்தாருடைய கற்பனை. ஈராக்கில் பேரழிவு ஆயுதங்கள் வைத்திருக்கிறார்கள் என்பது அமெரிக்காவின் கற்பனை. இந்தக் கற்பனையின் விளைவாக மூன்றாம் உலக யுத்தமே மூண்டாலும் ஆச்சரியப்படுவதற் கில்லை.

இந்த உலகப் பிரச்னைகளை விட்டுவிட்டு நம்முடைய சொந்தப் பிரச்னைகளுக்கு வந்தாலும் இதே கதைதான். ஒரு விஷ யத்தைப்பற்றி நாம் எதிர்மறையாக நினைப்பதால்தான், அது

எதிர்மறையாக ஆகிவிடுகிறது. உதாரணமாக நம்முடைய பயங்களைச் சொல்லலாம். சொல்ல வேண்டும். நம்முடைய பயங்கள் பெரும்பாலானவை கற்பனைக் குப்பைகளே. அவை கற்பனையாக இருப்பதனால் அதற்குச் சக்தி பிறந்து அது வேலைசெய்ய ஆரம்பித்துவிடுகிறது. திரும்பத் திரும்ப அதையே நினைப்பதால்.

ஒரு காய்ச்சல், ஒரு வயிற்றுவலி, ஒரு தலைவலி வந்தால் உடனே நாம், இது அதுவாக இருக்குமோ, அது இதுவாக இருக்குமோ என்று கற்பனை செய்ய ஆரம்பித்துவிடுகிறோம். திரும்பத் திரும்பத் தொடர்ந்து அந்தக் கற்பனையை நாம் விடாமல் செய்தால் அதில் உணர்ச்சி கலந்து அது உண்மையாகிவிடுகிறது.

கற்பனையை எந்த அளவுக்கு, தீவிரமாகவும் அடிக்கடியும் செய்கிறீர்களோ அந்த விகிதாச்சாரத்துக்கு ஏற்றபடிதான் அது ஆழ்மனப்பதிவை ஏற்படுத்தி உங்களுக்கு வழி காட்டும்.

இப்படி வழிகாட்டப்படும்போது, நாம் அதை ஏற்று செயல்பட வேண்டும். செயல்படாதவனுக்கு வழிகாட்ட முடியாது. அல்லது வழிகாட்டுவது வீண். உங்கள் தீவிரமான கற்பனை உங்கள் குறிக்கோளை அடைவதற்கு உரிய வழியைக் காட்டும் போது, அதற்கேற்ப செயல்பட்டு அதை நாம் அடைய வேண்டும். கற்பனை என்பது அற்புதங்கள் நிகழ்வதற்காகக் காத்திருக்கின்ற காலகட்டம் அல்ல. கற்பனை என்பது சரியான வழியில் செயல்படுவதற்குரிய ஆழ்மன ஏற்பாடு.

'நம்பிக்கைதான் நிஜத்தை உருவாக்குகிறது' என்று ஹார்வர்ட் பல்கலைக்கழகத்தின் உளவியலாளர் வில்லியம் ஜேம்ஸ் சொன்னார். 'எண்ணங்களே உலகை ஆளுகின்றன' என்று எமர்சன் கூறினார். எதை விதைக்கிறீர்களோ அதைத்தான் அறுவடை செய்ய முடியும். நெல்லை விதைத்து கோதுமையை அறுவடை செய்ய முடியாது. ஜி.டி. நாயுடு வேண்டுமென்றால் மாமரத்தில் தேங்காயையும் தென்னை மரத்தில் மாங்காயையும் வளரவைக்க முடியும். அதற்குக்கூட தேவையான அடிப்படை வேலைகளை அவர் செய்தாக வேண்டும்.

இல்லாத ஒன்றை இருப்பதாகவே நினைப்பதும், இருக்கின்ற ஒன்றை வைத்து அதில் இல்லாத ஒன்றை ஏற்றிப்பார்ப்பதும் கற்பனைதான். ஏனெனில் கற்பனை என்பது சும்மா மனத்தைப்

போட்டுக் குழப்பிக்கொள்வதல்ல. அது சக்தியினுடைய பிழம்பு, வடிவம். இதை அடிக்கோடிட்டு வைத்துக்கொள்ளுங்கள். கற்பனையை நாம் ஒரு குறிப்பிட்ட லட்சியத்தை நோக்கி செலுத்தும்போது, அது அந்த நோக்கத்தைப் பற்றி ஏற்கெனவே நினைத்த ஆயிரக்கணக்கான இதயங்களோடு தொடர்பு கொண்டு, அந்த வங்கியிலிருந்து நமக்கு எடுத்துக்கொடுக்க ஆரம் பிக்கும். நமது நோக்கத்தை அடைகின்ற பாதைகளை நமக்கு அது காட்டும்.

கற்பனையின் அழகே தனிதான். 'கண்ணே, உன் கண்கள் மீன்கள் என்று சொன்னேன். அதற்காகவா உன் விழிகள் இன்று கவுச்சியடிக்கின்றன?' என்று நான் என்னை மறந்து போன காதலி பற்றி ஒரு காதல் கவிதை எழுதினேன்! மீன்களின் நீட்சியாக என் கவுச்சிக் கற்பனை அது! 'கண்ணே, உன் கண்கள் கண்ணாடித் தொட்டிக்குள் இருக்கும் மீன்கள்'. இது நான் கல்லூரியில் படித்துக் கொண்டிருந்த காலத்தில் ரசித்த ஒரு காதல் கவிதையின் வரி. காதலி ஸ்பெக்ஸ் போட்டிருக்கிறாளாம். அந்த சோடா புட்டி காதலிக்கான கவிதை இது!

கம்பராமாயணத்தில் ஒரு காட்சி. பொதுவாகப் பெண்களுக்கு இடுப்பு மெலிதாக இருப்பது அழகு என்று நமது பாரம்பரியத்தில் ஒரு கருத்து உண்டு. இந்தக் கருத்தை வழிமொழிபவர்களில் நானும் ஒருவன். ஆனால் இந்தக் கருத்தில் தன் அபாரமான கற்பனையைக் கலந்து கம்பன் ஓர் அற்புதமான காட்சியைத் தனது காவியத்தில் இணைக்கிறான்.

ராமன் அன் கோ காட்டில் இருக்கும்போது நடக்கிறது இது. ராமனின் அழகைப் பார்த்து ஆசைப்பட்டு சூர்ப்பனகை என்ற பெண்மணி - ராட்சசிதான் - என்னைக் கட்டிக்கொள் என்று ராமனுக்குத் தொல்லை கொடுக்கிறாள். லட்சுமணன் ராமனைப் போல பொறுமைசாலி அல்ல. எடுத்தேன் கவிழ்த்தேன் பேர்வழி. அவளுடைய தொல்லை பொறுக்க முடியாமல் அந்த மங்கை யுடைய கொங்கை ஒன்றையும் மூக்கையும் வெட்டிவிடுகிறான். முக்கியமான இடங்களில் மூளியாகிப் போனாலும் சூர்ப் பனகைக்கு ஆசை மட்டும் மூளியாகிவிடவில்லை. அந்த மூக்கோடு, அதாவது மூக்கில்லாமல், ராமனிடம் வந்து மறு படியும் தன்னை மணந்து கொள்ளுமாறு வாதாடுகிறாள். அதுவும் ரொம்ப 'லாஜிக்'காக.

இங்குதான் கம்பனின் கற்பனை புகுந்து விளையாடுகிறது. அவள் ராமனிடம் சொல்கிறாள்: மூக்கில்லாதவளோடு எப்படி வாழ்வது என்று யோசிக்கிறாயா, அப்படி யோசிப்பதற்கு உனக்குத் தகுதி இல்லை, ஏனெனில் 'மருங்கிலாதவளொடும் அன்றோ, நீ, நெடுங்காலம்' வாழ்ந்தாய் என்கிறாள். அதாவது இடுப்பே - மருங்கு - இல்லாதவளோடு நீ இவ்வளவு காலமாக வாழவில்லையா? மூக்கில்லாதவளோடு வாழக்கூடாதா? இதுதான் அவளது நியாயமான கேள்வி!

அடடா, ஒரு வெற்றிப்படத்தின் திரைக்கதையே உள்ளது இந்தக் காட்சியிலும் வசனத்திலும்! சூர்ப்பனகை சீதையை இகழ் வதையே அவள் அழகுக்கான வர்ணனையாக ஆக்கிய கம்பனின் கற்பனைதான் என்னே! ஒரு பழைய கருத்தை இவ்வளவு அழகாகச் சொல்ல முடிந்திருக்கிறதென்றால் அது கற்பனையின் அழகால்தான். இந்திரன் பூனையானதும் அகலிகை கல்லானதும் கவிஞர்களின் கற்பனை. வெகு காலமாக கல்லாக இருந்த அந்த அகலிகை மறுபடியும் உயிர் பெற்றுவிடும்போது, 'எனக்கு பசிக்கிறது' என்று சொல்லுவது புதுப்மைப்பித்தனின் அழகான கற்பனை.

விஷ்ணு ஆதிசேஷன் மீது படுத்திருப்பது போன்ற கற்பனை மிகவும் அழகானது. கடவுளானவர் எப்போதுமே தெளிவான பேரானந்தத்தில் திளைத்திருப்பவர், அதாவது எப்போதுமே ஆல்ஃபாவில் இருப்பவர் என்ற கருத்தின் அழகான கற்பனை யாகவே எனக்குத் தோன்றுகிறது. ராமாயணத்தில் ஒரு காட்சி மீண்டும் இங்கே நினைவுக்கு வருகிறது. நாளைக்கு நீதான் அரசன், முடிசூட்டிக்கொள்ள வேண்டும் என்று தசரதன் சொன்ன வுடன் அதை ஏற்று ராமன் உடனே ராஜாவாகக்கூடிய ஏற்பாடு களுக்கு உடன்படுகிறான். ஆனால் அன்று இரவே கைகேயி அவனை அழைத்து நீ முடிசூட்டிக் கொள்ளக் கூடாது, பதினான்கு ஆண்டுகள் வனவாசம் செல்ல வேண்டுமென்று சொல்கிறாள். உடனேயே அதற்கும் மறுப்பேதும் தெரிவிக்காமல் காட்டுக்குச் செல்ல வேண்டிய ஏற்பாடுகளைச் செய்ய ஆரம்பித்துவிடுவான் ராமன். இப்படி ஒரு மனிதன் இருக்க முடியுமா என்ற கேள்வி என்னிடம் வெகு நாட்கள் இருந்தது. ஆல்ஃபா பற்றி அறிந்து கொண்ட பிறகுதான், ராமனின் பாத்திரமே எனக்கு வேறொரு கோணத்தில் புரிய ஆரம்பித்தது. பரிபூரண ரிலாக்சேஷனின் வடிவம் அவன். ஆல்ஃபா ரூபன். அவன் அப்படித்தான் இருக்க

முடியும். அதனால்தான் அவன் புகழ் உலகம் முழுவதும் பேசப்படுகிறது. ராமனைப் புரிந்து கொள்ள ஆல்ஃபா எனக்கு உதவிய கோணம் இது.

ஹேரி பாட்டர் பட இரண்டாம் பாகத்தில் ஒரு காட்சி. சிறுவர் சிறுமியர் எல்லாம் மேஜிக் ஸ்கூலில் பயின்றுகொண்டிருப் பார்கள். அப்போது அதில் ஒருவனுக்கு ஒரு கடிதம் வரும். அது அவன் அம்மா அனுப்பியது. அவள் இவன்மீது மிகவும் கோபமாக இருக்கிறாள். கடிதம் சிவப்பு வண்ணத்தில் அழகாக மேஜைக்கு பறந்து வரும். வந்து அந்தச் சிறுவன் முன்னே நின்று அந்தரத்தில் கூத்தாடும். ருத்ரதாண்டவம். கோபமாம். பின் கடிதம் தன்னைத் தானாகவே திறந்து அவன் அம்மாவுடைய குரலில் படிக்க ஆரம்பிக்கும். அதாவது அவனை திட்ட ஆரம்பிக்கும். திட்டி முடித்துவிட்டு, தானாகவே தன்னை சுக்கு நூறாகக் கிழித்துப் போட்டுக்கொள்ளும்!

ஆரம்பமும் முடிவும் அற்ற இறைவனைக் குறிக்க கிரேக்கர்கள் ஒரு சிலை வைத்தார்கள். வேறொன்றுமில்லை. ஓர் உருண்டை. அதாவது பூஜ்யத்தின் சிலை. அதுதான் கடவுளாம். காரணம் பூஜ்யமும் ஆரம்பமும் முடிவும் இல்லாதது (வரைந்த பின்னே).

முக்கோண வடிவத்தில் ஒரு கட்டடம் கட்டி அதனுள் இறந்த உடலை வைத்தால் அது ஆயிரக்கணக்கான ஆண்டுகளுக்குக் கெட்டுப்போகாமல் அப்படியே இருக்கும் என்று கண்டுபிடித்தது எகிப்தியர்களுடைய பிரமாண்ட பிரமிடு கற்பனை.

குழந்தையை தாய் தாலாட்டித் தூங்கவைப்பதை பற்றி ஓஷோ ஒரு புதுமையான விளக்கம் கொடுக்கிறார். அதாவது, குழந்தை நினைக்கிறதாம், 'என்ன இந்த அம்மா, சொன்னதையே திரும்பத் திரும்ப - தாலாட்டைத்தான் - சொல்லிக்கொண்டிருக்கிறாள்?' என்று எரிச்சல்பட்டு, அந்தப் பாட்டின் கொடுமையிலிருந்து தப்பிப்பதற்காகத் தூங்கிவிடுகிறதாம்! நல்ல கற்பனை! இதில் ஒரு முக்கியமான இடம் உள்ளது. அதுதான் தாலாட்டின் வரிகள் திரும்பத் திரும்பச் சொல்லப்படுவது. இந்த மறுபடிகள் ஆட்டோ சஜஷனுக்கும் கற்பனை வேலை செய்வதற்கும் மிகவும் அவசிய மானதாகும்.

தாகத்துக்குத் தண்ணீர் கிடைக்காமல் மரப்பிசினை வாயில் வைத்து மென்றவனுக்கு, சூயிங்கம் பற்றிய கற்பனை பிறந்தது.

சிலந்திவலையைப் பார்த்த கேப்டன் ப்ரௌனுக்கு, தொங்கு பாலம் அமைப்பது பற்றிய கற்பனை பிறந்தது. மரத்தை ஒரு புழு குடைந்து சென்றதைப் பார்த்ததும் இசாம்பர்ட் ப்ரூனஸ் என்பவனுக்கு தேம்ஸ் நதியின் கீழே பாதை அமைக்க வேண்டும் என்ற கற்பனை பிறந்தது. ஷைலக் என்ற கந்துவட்டிக்காரனின் கதை ஏற்கெனவே பிரபலமாக இருந்தாலும் ஷேக்ஸ்பியரின் கற்பனைதான் தனது 'மெர்சன்ட் ஆஃப் வெனிஸ்' நாடகத்தின் மூலம் அவனுக்கு மறு உயிர் கொடுத்தது.

இன்றைக்கு நாம் அனுபவித்துக் கொண்டிருக்கிற விஞ்ஞான கண்டுபிடிப்புகள் அனைத்துமே ஒரு காலத்தில் மனிதனின் கற்பனையாக இருந்ததுதான். மின்சார விளக்கு எடிசனின் கற்பனை. தொலபேசி க்ரஹாம் பெல்லின் கற்பனை. டி. வி. சினிமா, ஏசி, கார், விமானம், செல்பேசி, ஐபாட், டிஜிடல் கேமரா, மடிக்கணிணி என இன்றைய நிஜங்கள் எல்லாமே ஒரு மனிதனின் அல்லது ஓர் அமைப்பின் கற்பனையில் உருவானவை தான்.

இதிலிருந்து ஒரு விஷயம் நமக்குத் தெளிவாக வேண்டும். அதாவது கற்பனையின் சக்திக்கு அளவே இல்லை. கற்பனை என்பது எதிர்காலத்தை நிகழ்காலத்திலேயே உருவாக்குகின்ற ஒரு செயல்பாடாக உள்ளது.

வான்கோ என்று ஓர் ஓவியர் இருந்தார். ஹாலந்து நாட்டுக்காரர். ரொம்ப அற்புதமான ஓவியர். ஒரு மேதை என்றுதான் சொல்ல வேண்டும். ரொம்ப வறுமையில் வாடினார். அவருடைய நண்பர் ஒருவர், ஒருவாரத்துக்குச் சாப்பாட்டுக்கு வேண்டிய காசு கொடுத்தால் அதில் அவர் நான்கு நாட்கள்தான் சாப்பிடுவார். மீதி மூன்று நாட்களுக்குப் பட்டினிதான். காரணம், அந்தக் காசைக்கொண்டு ஓவியம் வரைவதற்கு வேண்டியவற்றை வாங்குவார். அவர் இறந்த பிறகு, அவருடைய ஓவியங்கள் மில்லியன் டாலர் கணக்கில் விலைபோயின என்பது வேறுவிஷயம்.

அவர் தனது ஓவியங்களில் நட்சத்திரங்களை வரைந்த போதெல் லாம் அவற்றை ஸ்பைரல்களாகவே வரைந்தார். ஸ்பைரல் என்றால் ஒரு புள்ளியை மையமாக வைத்து வளைந்து வளைந்து மேலே மேலே செல்லுகின்ற ஓர் அமைப்பு. அதைப் பார்த்த அவர் காலத்து ஓவியர்கள், அவரிடம் வந்து 'பைத்தியக்காரத்தனமாக வரையாதே, நட்சத்திரங்கள் ஸ்பைரல் அல்ல' என்று

உபதேசித்தனர். ஆனால் வான்கோ 'என்ன செய்வது எனக்கு அப்படித்தான் தெரிகின்றன' என்று சொன்னார். அவரை பைத்தியம் என்று அவர்கள் சொன்னது மட்டுமல்ல, உண்மையிலேயே மனநோய் மருத்துவமனையில் வான்கோ கொஞ்ச காலம் இருந்தார். அங்கிருந்து வெளிவந்தவுடன் அவர் தற்கொலையும் செய்து கொண்டார்.

இங்கே முக்கியமான விஷயம் அவர் மனநோய் மருத்துவமனையில் இருந்ததோ தற்கொலை செய்துகொண்டதோ அல்ல. அவருடைய கற்பனையில் அவர் நட்சத்திரங்களை ஸ்பைரல்களாகப் பார்த்ததுதான்.

ஆம். அவர் இறந்து ஒரு நூற்றாண்டுக்குப் பின்னர் இன்று மார்கன் போன்ற வானவியல் மற்றும் இயற்பியல் விஞ்ஞானிகள் பல நுட்பமான கருவிகளை வைத்து பல ஆண்டுகளாக ஆராய்ச்சி செய்த பிறகு, நட்சத்திரங்கள் ஸ்பைரல்களாக உள்ளன என்ற முடிவுக்கு வந்திருக்கிறார்கள்! விஞ்ஞானத்தின் அதிநவீன தொழில்நுட்ப கண்களுக்கு இன்றைக்குத் தெரிகின்ற உண்மை ஒரு நூற்றாண்டுக்கு முன்பே வான்கோவின் கற்பனையின் கண்களுக்குத் தெரிந்துவிட்டது. இதுதான் இங்கே கவனிக்க வேண்டிய விஷயம்.

கற்பனையில் அவசியமானது கவைக்குதவாதது என்று இரண்டுமே உண்டு. ஒரு நாணயத்தின் இரண்டு பக்கங்களைப் போல. சிவாஜி நடித்த 'தவப்புதல்வன்' படத்தில் அவருக்கு ஒரு நோயிருக்கும். கற்பனை நோய். டி.வி.யில் கிரிக்கெட் மாட்ச் பார்த்துக் கொண்டிருந்தால் அதில் இந்தியா தோற்பதுபோல் சூழ்நிலை ஏற்பட்டால் உடனே அவருடைய கற்பனையில் அவர் இந்தியாவுக்காக விளையாடி சிக்ஸராக அடித்து வெற்றி வாங்கித் தருவார். இப்படியே அவர் வாழ்வில் சந்திக்கும் ஒவ்வொரு கட்டத்திலும் கற்பனை செய்து கொண்டே போவார்.

இது ஆக்கபூர்வமான கற்பனை அல்ல. இப்படிப்பட்ட கற்பனை கற்பனைதான் என்றாலும் இது ஒரு நோய். காரணம் இந்தக் கற்பனை, அந்தக் குறிப்பிட்ட மனிதனுடைய வாழ்வின் லட்சியத்தோடு - லட்சியமிருந்தால் - சம்பந்தப்படாத கற்பனை. குறிக்கோளுக்குத் தொடர்பில்லாத கற்பனை யாவும் எவ்வளவு அழகானதாக இருந்தாலும் அது பயனில்லாதது மட்டுமல்ல, நமக்குத் தீங்கு விளைவிப்பதுமாகும்.

இமாம் அபூஹனீஃபா என்று ஓர் இஸ்லாமிய சட்ட நிபுணர் இருந்தார். அவர் காலத்தில் ஒரு பிரச்னை வந்தது அவரிடத்திலே. ஒரு கணவனும் மனைவியும் இருந்தார்கள். பிரச்னை இதுவல்ல. மனைவியின் தந்தை இறந்துவிட்டார். தந்தையை கடைசி முறையாகப் பார்த்துவிட வேண்டும் என்று மகள் தவிக்கிறாள். இயற்கைதானே? ஆனால் கணவனோ, 'நீ உன் தகப்பன் வீட்டுக்குப் போனால் நான் உன்னை விவாகரத்து செய்துவிடுவேன்' மிரட்டினார். மாமனாரின் மரணம்கூட விவாகரத்து செய்வதற்குப் போதுமான காரணமாக அவனுக்கு இருந்துள்ளது. ரொம்பக் கற்பனை வளமுள்ளவன்தான்!

இந்தப் பிரச்னையை எப்படித் தீர்ப்பதென்று சட்ட வல்லுனர்கள் பலருக்குத் தெரியவில்லை. கணவனைத் தாஜா செய்வது வழியல்ல. கடைசியில் இமாம் அபூஹனிஃபாவிடம் இந்தப் பிரச்னை வருகிறது. அவர் தனது தீர்ப்பைச் சொல்கிறார் கேளுங்கள் : 'நீ உன் தகப்பனாரின் உடலை சென்று பார்க்கலாம். அதனால் உன் கணவன் உன்னை விவாகரத்து செய்ய முடியாது. உன் தகப்பனாரின் வீட்டுக்கு நீ போனால்தானே உன்னை மணவிலக்கு செய்வேன் என்று உன் கணவன் சொன்னார்? எப்போது தந்தை இறந்துவிட்டாரோ அப்போதே அவருடைய சொத்தெல்லாம் அவருடைய பிள்ளைகளுக்குச் சட்டப்படி வந்துவிடுகிறது. இப்போது சட்டப்படி உன் தகப்பனாரின் உடல் கிடத்தப்பட்டுள்ள வீடு உன் வீடு. உன் வீட்டுக்கு நீ போவதில் உனக்கு எந்தத் தடையும் இல்லையே?' என்றாராம் பிரச்னைக்கு முற்றுப்புள்ளி வைத்து.

ஒரு மரணத்தையும் வாரிசு உரிமைச் சட்டத்தையும் இணைத்துப் பார்த்தது அவர் கற்பனை. கற்பனை தவிர வேறு வழியில் இந்தப் பிரச்னயைத் தீர்த்திருக்க முடியுமா என்று யோசித்துப் பாருங்களேன்.

கற்பனை என்பது திரைபோடப்பட்ட உண்மை. அதைப் புரிந்துகொண்டு திரையை விலக்கிவிடுவதுதான் நாம் செய்ய வேண்டிய வேலை.

ஏகலைவனுக்கு த்ரோனாச்சாரியார் குருவாக இருக்க மறுத்து விட்டார் என்பது எவ்வளவு உண்மையோ அவ்வளவு உண்மை அவர்தான் அவனுக்குக் குருவாக இருந்தார் என்பதும்! ஆமாம். தன் கற்பனையில் அவரையே அவன் குருவாக வைத்துக்

கொண்டான். அந்தக் கற்பனை குரு சொல்லிக்கொடுத்ததன் அடிப்படையில்தான், தன் தீவிரமான பயிற்சிகளை அவன் வைத்துக்கொண்டான். நிஜமான பயிற்சியில் ஈடுபட்ட அர்ஜுன னுக்கு இணையான வீரனாக, ஏன் அவனையும் மிஞ்சியவனாகக் கற்பனையில் பயின்ற ஏகலைவன் திகழ்ந்தான் என்பது சொல்லித் தெரிய வேண்டியதில்லை. அவனைப் பொறுத்தவரை அது கற்பனையல்ல. நிஜம். அதனால்தான் குருவுக்குக் காணிக்கை யாகத் தன் கட்டை விரலைக் கொடுக்க அவன் முன் வந்தான். இந்த மகாபாரதக் கதையின் செய்தியே கற்பனையின் வலிமையைப் புரிந்துகொள்வதுதான்.

நம்முன்னே இருக்கின்ற அடுத்த கேள்வி, இந்தத் திரையை எப்படி விலக்குவது என்பதுதான். அதற்குத்தான் உளவிய லாளர்கள் கூறுகிறார்கள் visualize பண்ண வேண்டும் என்று. அதாவது எதை நாம் அடைய வேண்டுமோ அதை அடைந்து விட்ட மாதிரி கற்பனை செய்ய வேண்டும். லட்ச ரூபாய் - வேண்டாம் இப்போதெல்லாம் கோன்பனேகா க்ரோர்பதிதானே - ஒரு கோடி ரூபாய் வேண்டுமெனில் அவ்வளவு ரூபாயும் வந்துவிட்டதாகவே எண்ண வேண்டும். கற்பனையின் கண்ணால் அதைப்பார்க்க வேண்டும். சரியாக இருக்கிறதா என்று எண்ணிப்பார்க்க வேண்டும். எத்தனை நூறு ரூபாய் கட்டுகள், எத்தனை ஐநூறு ரூபாய் கட்டுகள், எத்தனை ஆயிரம் ரூபாய் கட்டுகள் என்று சரிபார்க்க வேண்டும். இதைவிடச் சிறந்த வழி அந்தப் பணத்தை வைத்து என்னென்னெ செய்வீர்களோ அதையெல்லாம் செய்வதாகக் கற்பனை செய்ய வேண்டும். (இதுபற்றி வேறொரு அத்தியாயத்தில் கொஞ்சம் விரிவாகச் சொல்லியிருக்கிறேன்).

ஒரு கார் வாங்க வேண்டும் என்று ஆசையிருந்தால், கற்பனையில் அந்தக் காரை வாங்கிவிட வேண்டும். அதை ஓட்டிப்பார்க்க வேண்டும். ட்ரைவிங் கற்றுக்கொள்ளாவிட்டால் ட்ரைவரை ஓட்டச் சொல்லி பின் சீட்டில் தெனாவெட்டாக அமர்ந்து கொண்டு போகவேண்டும். காருக்குள் 'ஏசி'யைப் போட்டு விட்டு வெயில் தெரியாமல் நீண்டதூரம் போய் அனுபவிக்க வேண்டும். காரில் பொருத்தப்பட்ட கென்வுட் அல்லது ஜெவிசி சி.டி.ப்ளேயரில் ஒரு கஜல் அல்லது சிவகுமார் ஷர்மாவின் சந்தூர் அல்லது காற்றின் மொழி ஒலியா இசையா என்று பிடித்த எதையாவது போட்டு ரசிக்க வேண்டும். நமது பக்கத்தில் நமக்கு

பிரியமானவளை அமர்த்திக்கொள்ள வேண்டும். (இது மட்டும் நான் சொல்லாமலே செய்துவிடுவீர்கள்).

இவ்வளவையும் கற்பனையில் செய்ய வேண்டும். தினமும் செய்ய வேண்டும். உணர்ச்சியோடு செய்ய வேண்டும். ஒரு பழக்கமாகவே செய்ய வேண்டும். சும்மா ஒரே ஒரு காட்சியை ஒருநாள் மட்டும் நினைத்துவிட்டு இருந்துவிடக்கூடாது. ஒரு திரைப்படமே ஓட்டவேண்டும். இது நமது சொந்தத் திரைப் படம். இது தோல்வியே அடையாத படம். இதன் திரைக்ககதை, வசனம், இயக்கம் எல்லாம் நாம்தான். Visualize பண்ணுவது என்றால் இதுதான். திரையை விலக்குவது என்பது இதுதான். அதாவது, ஏற்கெனவே சொன்ன மாதிரி, இல்லாத ஒரு பொருளைப் பற்றி கற்பனை செய்யும்போது, அது இருப்ப தாகவே செய்ய வேண்டும்.

இப்படிக் கற்பனை பண்ணும்போது அதில் துளிகூட எதிர்மறை எண்ணங்கள் கலக்கக்கூடாது. 'பாசிடிவ்'வான பகுதிகளைப் பற்றி மட்டும்தான் நினைக்கவேண்டும். வராத பொருளை வரவழைப்பதும் வருகிற பொருளைத் தடுப்பதும் நம் கற்பனை யின் தரத்தையும் திரத்தையும் பொறுத்ததுதான். நம்முடைய கற்பனை உறுதியானதாக இருந்தால் நம்முடைய நோயை என்ன, அடுத்தவருடைய நோயையும் குணப்படுத்தலாம். ஃபிலிப் பைன்ஸ் நாட்டில் Faith Healers என்று சொல்லப்படும் ஆன்மிக மருத்துவர்கள் கத்தியின்றி ரத்தமின்றி காந்திய முறையில் அறுவை சிகிச்சை செய்கின்ற அற்புதமெல்லாம் அவர்கள் கற்பனா சக்தியின் உறுதியின் விளைவுதான்.

மனிதன் தொண்ணூறு நாட்களுக்கு உணவில்லாமல் வாழலா மாம். ஆனால் கற்பனை இல்லாமல் வாழமுடியாதாம். 'உணவைக்கொண்டு மட்டும் மனிதன் வாழமுடியாது' என்று இயேசு கிறிஸ்து சொல்வதன் அர்த்தமும் இதுதான். கற்பனை அவ்வளவு சக்திவாய்ந்ததா, முக்கியமானதா என்றால் ஆமாம். இந்தப் பிரபஞ்சமே இறைவனுடைய கற்பனைதானே?

ஒரு ஜென் துறவி ஒரு கனவு கண்டாராம். தான் ஒரு பட்டாம் பூச்சியாகிவிட்ட மாதிரி. இதில் என்ன உள்ளது என்று அவருடைய சிஷ்யர்கள் கேட்டார்களாம். 'இப்போது பிரச்னை அதுவல்ல. நான் பட்டாம்பூச்சியாக ஆகிவிட்டதாகக் கனவு கண்டேனா அல்லது ஒரு பட்டாம்பூச்சி நானாகிவிட்டதாகக்

கனவு கண்டதா என்று எனக்கு இப்போது தெரியவில்லையே' என்றாராம்! கற்பனை என்பது என்ன என்று அவர் சூசகமாக விளக்குகிறார் ஒரு கற்பனையான கனவின் மூலம்.

ஹிப்னாடிசம் என்ற கலை அல்லது விஞ்ஞானத்துக்கும் கற்பனையே அடிப்படையாக உள்ளது. சொல்லப்போனால் கற்பனையைக் கூராக்குவதுதான் ஹிப்னாடிசம் செய்பவர்கள், செய்யப்பட்டவர்கள் எல்லோரும் செய்வது. அங்கே வேலை செய்வது கற்பனைதான். ஆப்பிளைக் கொடுத்து வெங்காயம் இது சாப்பிடு என்று சொன்ன பிறகு, சாப்பிடுபவருக்குக் கண்ணீ ராக - 'வெங்காயம்' சாப்பிட்டதன் விளைவாக - கொட்டுவதன் மர்மம் கற்பனையைத் தவிர வேறென்ன? அடுத்தவர் பேச்சுக்கு நம்மை மறந்து சிரிப்பதுகூட ஒருவிதமான ஹிப்னாடிச தாக்கம்தான்.

நமது கடந்த காலத்தில் நாம் தவறு செய்திருந்தால் அதைக் கற்பனையின் மூலமாக மாற்றலாம்! ஆமாம். ஓர் ஆளிடம் ஒரு சொல்லக்கூடாத வார்த்தையைச் சொல்லிவிட்டோம். அதை மாற்ற முடியாது. ஆனால் கற்பனையில் மாற்றலாமில்லையா? மறுபடியும் அதை நினைத்துப் பார்த்து, அந்தக் குறிப்பிட்ட வார்த்தையை மட்டும் 'எடிட்' செய்துவிட்டு அந்த இடத்தில் சரியான வார்த்தையைப் போட்டுவிடலாம். இதுதான் கடந்த காலத்தை மறுபடியும் வாழ்வது என்பது. இதனால் என்ன நன்மை என்கிறீர்களா?

மூன்று நன்மைகள். ஒன்று, குற்ற உணர்ச்சியிலிருந்து விடுபடு கிறோம். இரண்டாவது கற்பனை என்ற சக்தியை வளர்க்கிறோம். மூன்று, தவறாக வாழ்ந்துவிட்ட கடந்த காலத்தை கற்பனையில் மறுபடி சரியாக வாழ்வதன் மூலமாக, நிகழ்காலத்துக்கு வெளிச்சம் காட்டுவதாகக் கடந்த காலத்தை அமைக்கிறோம். இப்படிச் செய்யும்போது, கண்களை மூடிக்கொள்ள வேண்டும். இப்படிச் செய்வதன் மூலமாகக் கடந்த காலத்தில் உள்ள எதிர்மறை உணர்ச்சிகள், அனுபவங்கள் எல்லாவற்றையும் இது நாமல்ல என்று அழித்துவிட முடியும்.

காயமே இது பொய்யடா என்று பாடுவதும் இந்த உலகம் ஒரு மாயை என்று சொல்வதும் கற்பனையின் உண்மையைப் புரிந்துகொண்டவர்களின் கூற்றாகவே உள்ளது. இலக்கியம், கலை, ஓவியம், இசை, விஞ்ஞானம் எல்லாவற்றிலுமே வெற்றி

என்பது கற்பனையின் அளவைப் பொருத்தே அமைகிறது. கற்பனை இல்லாமல் வெற்றி ஏது? கற்பனை இல்லாதவன் நம்பிக்கை இல்லாதவன். அதாவது எந்தக் காரியத்தை ஒட்டி நமக்கு நம்பிக்கைக் குறையுமோ அந்தக் காரியத்தில் கற்பனை வராது.

கற்பனையில்தான் எல்லாமே உள்ளது. கற்பனை செய்வதால் நம் நினைவாற்றலும் அதிகரிக்கும். கனவுகள் ப்ளஸ் கற்பனைகள் இஸ் ஈகோல்ட்டு காகிதங்களாக மு.மேத்தாவுக்கு வேண்டு மானால் இருக்கலாம். ஆனால், நம்மைப் பொறுத்தவரை கனவுகள் ப்ளஸ் கற்பனைகள் இஸ் ஈகோல்ட்டு வெற்றிகள். ஞாபகம் இருக்கட்டும். கற்பனையில் உங்கள் லட்சியங்களை, கனவுகளை, ஆசைகளையெல்லாம் நிறைவேறியபின் எடுக்கப் பட்ட சினிமாப் படம் போல, மனத்திரையில் ஓட்டிப்பாருங்கள்.

ஏனெனில் கற்பனையானது ஆல்ஃபாவின் வேலைக்காரர்களில் ஒன்று.

7. உயிர் மூச்சு

மூச்சுதான் வாழ்வு. மூச்சுதான் சாவு. மூச்சு தான் தியானம். மூச்சுதான் ஞானம். மூச்சுதான் எல்லாம்.

மூச்சு உள்ளே இழுக்கப்படும் ஒவ்வொரு முறையும் நீங்கள் பிறக்கிறீர்கள். மூச்சை வெளியே விடும் ஒவ்வொரு முறையும் நீங்கள் இறக்கிறீர்கள். ஒவ்வொரு மூச்சும் உங்கள் பிறப்பாகவும் இறப்பாகவும் உள்ளது. மூச்சில் ஆக்சிஜன் மட்டுமல்ல, இன்னொரு முக்கியமான சமாச்சாரம் இருக்கிறது. அதற்கு நம் முன்னோர்கள் ப்ராணன் என்று பெயர் வைத்துள்ளனர். பிரபஞ்ச உயிர் சக்தி என்று அதைச் சொல்லலாம். ஒவ்வொரு முறை மூச்சை உள்ளே இழுக்கும்போதும் பிரபஞ்ச மகா சக்தியை உள்வாங்குகிறோம். சக்கரங்கள் என்று சொல்லப்படும் சக்தி மையங்களுக்குச் சென்று, அவைகளை உசுப்பி பயனளிப்பதும் இந்த ப்ராணன்தான்.

இவ்வளவு முக்கியத்துவம் உள்ள மூச்சு விடும் காரியமானது நம்மைக் கேட்காமலேயே தானாக நிகழ்ந்து கொண்டிருக்கிறது. சரி போகட்டும் என்ன கெட்டுவிட்டது என்று விட்டுவிடலாம்தான், சில உண்மைகள்

மட்டும் தெரியவராமலிருந்தால். ஆனால் தெரிந்துவிட்டதே, என்ன செய்ய? அப்படி என்ன உண்மைகள் என்கிறீர்களா?

முதல் உண்மை இதுதான் : நமது மூச்சு ஒவ்வொன்றும் தங்கத்தைவிட, வைரத்தைவிட மேலானது. நமது ஆயுளே அதில் அடங்கியிருப்பதால் மட்டும் இதைக்கூறவில்லை. நமக்கு எதெல்லாம் வாழ்க்கையில் வேண்டுமோ அதையெல்லாம் இழுத்துவரக்கூடிய சக்தியாக மூச்சு உள்ளது. எண்ணத்துக்கு அடுத்தபடியாக இறைவன் மூச்சோட்டத்தில்தான் எல்லா அருட்கொடைகளையும் வைத்துள்ளான். இதைப் பரீட்சித்துப் பார்த்தே தெரிந்துகொள்ளலாம். வெறுமனே நம்ப வேண்டும் என்ற அவசியமில்லை.

இரண்டாவது உண்மை : மூச்சுதான் நமது ஆரோக்கியமாகவும் நோயாகவும் உள்ளது. பல ஆயிரம் ஆண்டுகளுக்கு முன்பே எழுதப்பட்ட யோகசூத்திரங்கள் யாவும் மூச்சை அடிப்படையாகக் கொண்டவையே. இவ்வளவு ஏன், விவேகானந்தர் போன்றவர்களெல்லாம் ராஜயோகத்தில் முக்கியத்துவம் கொடுத்து சொல்லுகின்ற பிராணாயாமம் என்பது என்ன? ஒருவித மூச்சுப்பயிற்சிதானே? டாக்டர்கூட நோயாளியைப் பரிசோதிப்பதற்குமுன் என்ன சொல்கிறார்? 'நல்லா மூச்சை இழுத்து வுடுங்க' என்றுதானே? ஏன்? மூச்சை வைத்து அவர் நமது நோயை அல்லது ஆரோக்கியத்தை அளப்பார்.

மூன்றாவது நன்மை: மனிதனுக்கு ஞானம் வருவதற்கும் மூச்சுக்கும் நெருங்கிய தொடர்பு உள்ளது. மூச்சுப்பயிற்சி செய்யாத ஒரு ஞானிகூட மனிதகுல வரலாற்றில் கிடையாது. அதைப்பற்றிய தகவல்கள் வேண்டுமானால் கிடைக்காமல் இருக்கலாம். ஆனால் ஆன்மிகத்தில் சாதனைசெய்த எல்லாப் பெரியவர்களும் மூச்சை அடக்கி ஆண்டவர்களாகவே இருந்திருக்கிறார்கள். ஆன்மிகத்தில் என்ன, பில்கேட்ஸ், பிர்லா என்று யாராக இருந்தாலும் தோல்வி, பயம், நடுக்கம், கோபம் இவற்றில் வெளிவரும் மூச்சு விகிதத்திலேயே தொடர்ந்து மூச்சு விட்டுக்கொண்டிருந்தால், சீக்கிரத்திலேயே பிச்சைக்காரர்களாக ஆகிவிடுவார்கள். மூச்சுவிடும் முறைக்கும் வெற்றிக்கும் அவ்வளவு சம்பந்தம் உள்ளது.

புத்தர் ஆறு ஆண்டுகள் காட்டில் சுற்றி அலைந்து எத்தனையோ விதமான பயிற்சிகள் செய்து உடலை வருத்தியெல்லாம் பார்த்

தார். ஞானம் வரவில்லை. உடல்தான் மெலிந்து எலும்புக்கூடு மாதிரி ஆனது. ஞானம் வருவதற்கும் உடம்பை சித்திரவதைகள் செய்வதற்கும் சம்பந்தமில்லை என்பதைத் தெரிந்துகொண்டார். பின் போதி மரத்தடியில் போய் அமைதியாக அமர்ந்து கொண்டார். சும்மா இருந்தாரா என்றால் இல்லை. ஒருவிதமான மூச்சுப்பயிற்சியைச் செய்தார் என்றும் அதன் பெயர் 'விபாசனா' என்றும் சொல்லப்படுகிறது. அதற்குப்பிறகுதான் அவர் ஞானம் பெற்றதாக வரலாறு. ஞானம் என்ன, மூச்சின் உதவியால் இறைவனையே பார்த்த வரலாறும் உண்டு.

இமாம் ஜாஃபர் சாதிக் என்ற ஞானியிடம் ஒருவர் வந்து இறைவனைக் காட்டினால்தான் போச்சு என்று அடம்பிடித்தார். இமாம் எவ்வளவோ எடுத்துச் சொல்லியும் அவர் கேட்க வில்லை. சரி இவ்வளவு பிடிவாதமாக இருந்தால் இப்போதே இறைவனைக் காட்டுகிறேன் என்று சொல்லி சுற்றியிருந்த தன் சீடர்களிடம், அவரைத் தூக்கி எதிரில் ஓடிக்கொண்டிருந்த தஜ்லா நதியில் தூக்கிப்போடும்படி உத்தரவிட்டார். அவ்வாறே செய்யப் பட்டது. அவரோ நீச்சல் தெரியாதவர். 'என்னக் காப்பாற்றுங்கள் இமாம்' என்று மூழ்கி மூழ்கி மேலே வந்த ஒவ்வொருமுறையும் அபயக்குரல் கொடுத்துப் பார்த்தார். இமாம் அசையவில்லை.

மூச்சு முட்ட, உயிர் போய்விடும் என்ற தருணத்தில் 'இறைவா என்னைக் காப்பாற்று' என்று கத்தினார். உடனே இமாம் சைகை காட்ட அவர் காப்பாற்றப்பட்டார். சுயநினைவு வந்து அவர் எழுந்ததும் அவரிடம் இமாம், 'என்ன, இறைவனைப் பார்த்து விட்டீர்கள் போலுள்ளதே, நீங்கள் இறைவனோடு பேசியதை நான் கேட்டேனே' என்றார். அவரும் 'ஆமாம் நான் இறை வனைப் பார்த்துவிட்டேன். உயிர் கொடுப்பவன் அவனே என்பதைப் புரிந்துகொண்டேன்' என்றாராம். இந்த மாதிரி கடைசி நேரப் புரிந்து கொள்ளல்களுக்கும் வரலாற்றில் மூச்சு காரண மாயிருந்திருக்கிறது.

புத்தர், மகாவீரர், அரவிந்தர், ஓஷோ, மகரிஷி, ராமக்ருஷ்ண பரமஹம்சர், விவேகானந்தர் முதல் இன்றைக்குள்ள நித்யானந்தர் வரை எல்லோருமே மூச்சு ஒழுங்காக விடும் முறை பற்றிப் பேசியிருக்கிறார்கள், பேசுகிறார்கள். என்ன காரணம்? மூச்சுவிடுவதற்கும் நமது வாழ்க்கைக்கும், வெற்றிக்கும் சந்தோஷத்துக்கும், ஏன் தோல்விக்கும்தான், மிகமிக நெருங்கிய தொடர்பு உள்ளது. எனவே, நமக்கு ஞானமெல்லாம் வேண்டாம்

என்று இப்போதைக்கு நீங்கள் முடிவு செய்து கொண்டாலும் வெற்றி வேண்டுமே? அதற்காகவாவது மூச்சு பற்றிய உண்மை களையும் அதன் முக்கியத்துவத்தையும் அதை எப்படி முறையாக விடுவது என்பது பற்றியும் தெரிந்துகொண்டே ஆகவேண்டும். மூச்சை வைத்து வெற்றி பெறுவது எப்படி என்று தெரிந்து கொள்வதும் ஒருவகையில் ஞானம்தானே?

மூச்சைமட்டும் எப்படி முறையாக விடுவது, விழிப்புணர்வுடன் விடுவது, எப்படி ஆழப்படுத்துவது என்று தெரிந்துகொண்டு விட்டால் அது வாழ்க்கை என்ற குதிரையின் லகானை உங்கள் கையில் கொடுக்கும். இந்த எளிய பயிற்சியை தினமும் மேற் கொண்டால், குறிப்பாக ஆல்ஃபா தியானத்தில் மேற்கொண் டால், புத்தர் ஆறு வருடங்களும் மகாவீரர் பன்னிரண்டு வருடங்களும் காட்டில் அலைந்து திரிந்தபின் அவர்களுக்கு எது கிடைத்ததோ அது, அப்படியெல்லாம் அலையாமலே, வீட்டில் இருந்தபடியே நமக்குக் கிடைக்கும். அது என்ன என்கிறீர்களா? வெற்றிதான் வேறென்ன?

மனிதனுக்கு இந்த உலகில் மூன்று விதமான உணவு கிடைக் கிறது. முதல் உணவு வாய்வழியாகச் செல்வது. சாப்பிடுவதும் குடிப்பதும். தயிர்வடையிலிருந்து தந்தூரி வரை, தண்ணீரி லிருந்து பெப்சி வரை. சுத்த சைவம், சுத்த அசைவம் எல்லாம் இதில் அடங்கும்.

இரண்டாவது உணவு மூக்கால் எடுத்துக்கொள்வது. அதாவது மூச்சு. முதல் உணவில்லாமல் மூன்று மாதம்வரை மனிதன் உயிர் வாழமுடியுமாம். காரணம் முதல் உணவு அறவே இல்லாத போது, உடம்பே உடம்பைச் சாப்பிட்டு இதைச் சரி செய்து கொள்கிறது. அதனால்தான் 'கொலை'பட்டினி கிடந்து கொண்டே இருந்தால் உடல் மெலிந்துகொண்டே போகிறது. எத்தியோப்பிய குழந்தைகள் மாதிரி.

மூன்று மாதம் வரை இந்த முதல்வகை உணவில்லாமல் ஒரு மனிதன் தாக்குப்பிடிக்க முடியலாம். ஆனால் இந்த இரண்டாவது உணவான மூச்சு உள்ளதே அது இல்லாமல் மூன்று நிமிடம்கூட இருக்க முடியாது. மூன்று நிமிடம் என்பதே அதிகம். மூன்று நிமிடம் மூச்சுவிடாமல் இருந்தால் மூளை பாதிக்கப்படும். ஆறு நிமிடங்கள் என்றால் உயிரே போய்விடுகின்ற வாய்ப்பு உண்டு என்று மூளை விஞ்ஞானம் சொல்கிறது. சந்தேகமாக இருந்தால்

இப்போதே மூச்சை அடக்கிப்பாருங்கள் தெரியும்! அப்போ மூச்சடக்கி முத்தெடுப்பவர்களெல்லாம் என்ன செய்கிறார்கள் என்று கேட்கக்கூடாது. பயிற்சியின் மூலம் எந்த விஷயத்தையும், திறமையையும் காலநீட்சிக்கு உட்படுத்தலாம். அது வேறு பாடம்.

மூன்றாவது உணவு ஒன்று உள்ளது. அதுதான் எண்ணங்களின் பதிவுகள். ஆங்கிலத்தில் இம்ப்ரஷன்ஸ் (impressions) என்று கூறலாம். நமது மனத்தில் வந்து அசையாமல் உட்கார்ந்து கொள்கின்ற கருத்துக்கள், சிந்தனைகள், கற்பனைகள், கனவுகள், ஆசைகள், லட்சியங்கள் என்று எந்தப் பெயர் வேண்டுமானாலும் சொல்லிக்கொள்ளலாம். ஆனால் இந்தப் பதிவுகள்தான் இந்த மூன்று உணவிலும் மிகமுக்கியமான உணவு. காரணம், மனிதனையும் மனிதனல்லாததையும் வேறுபடுத்தும் ஒரே விஷயம் இதுதான்.

வெறும் மூச்சு மட்டும் விட்டுக்கொண்டிருப்பதற்குப் பெயர் வாழ்வதல்ல. அது சும்மா உயிர்வாழ்வது. அதாவது உயிரோடு இருப்பது. வாழ்வது என்றால் இந்த மூன்றாவது உணவு வேண்டும். ஆனால் இந்த முக்கியமான உணவும் மூச்சைப் போலவே காசில்லாமல் கிடைத்துக்கொண்டே இருக்கிறது. இறைவனின் கருணையே கருணை.

ஆனால் இந்த மூன்று உணவுகளில் முதல் உணவையும் மூன்றாவதையும் கட்டுப்படுத்துவது என்பது குதிரைக்கொம்பு. எத்தனையோ சர்க்கரை வியாதிக்காரர்கள் வீட்டுக்குத் தெரியாமல் ஸ்வீட்டை கபளீகரம் செய்வதைப் பார்த்திருப்பீர்கள். சாப்பாட்டில் கட்டுப்பாடு என்பது பிரசவ வைராக்கியம் மாதிரித் தான். இரவில் கோதுமைச் சப்பாத்தி இரண்டு சாப்பிடுங்கள் என்று டாக்டர் ஒரு நோயாளிக்குச் சொன்னதற்கு 'டாக்டர் ஒரு சந்தேகம், இரவில் இரண்டு சப்பாத்தி சாப்பிட வேண்டும் என்று சொன்னீர்களே, அது சாப்பாட்டுக்கு முந்தியா பிந்தியா?' என்று கேட்டானாம் ஒருத்தன். அந்த ஒருத்தன் வேறுயாருமல்ல. நாம்தான்.

ரஷ்யாவில் பாவ்லோவ் என்ற பெயர்கொண்ட ஒருவர் ஒரு பரிசோதனை செய்தார். 1940-களில் நிகழ்த்தப்பட்ட ரொம்பப் பிரபலமான பரிசோதனை. அந்தப் பரிசோதனை மூலமாக மனிதன் conditioned reflex என்று சொல்லக்கூடிய ஒரு

பலவீனத்துக்கு ஆட்படுகிறான் என்று அவர் முடிவுக்கு வந்தார். ஆனால் அவர் மனிதனை வைத்து பரிசோதனை செய்யவில்லை. ஒரு நாயை வைத்து செய்தார்!

ஒரு நாய்க்கு அவர் உணவு போட்டார். மட்டன் என்று வைத்துக் கொள்வோமே. ஆனால் அதைப் போடுவதற்கு முன் ஒரு மணியை அவர் அடித்தார். அடித்து முடித்தவுடன் மட்டன் துண்டுகளைப் போடுவார். முதலில் நாய் அந்த மணியின் ஒலியைக் கண்டுகொள்ளவில்லை. மட்டனிலேயே குறியாக இருந்தது. இரண்டாவது தடவையும் ஒரு மணியை அடித்து விட்டு மட்டன் போட்டார். இப்போதும் நாய் மணியை உதாசீனப்படுத்தியது. மட்டன் துண்டுகளைப் பார்த்ததும் அதன் நாக்கிலிருந்து நீர் வடிய ஆரம்பித்தது. இப்படியே பல தடவைகள் மணி அடிப்பதும் பின் மட்டன் போடுவதுமாக அதைப் பழக்கினார்.

இப்போது நாய்க்குப் புரிந்துவிட்டது. மணி சத்தம் கேட்டால் அடுத்து மட்டன் துண்டுகள் வரும் என்று. மணிசத்தம் வரும் முன்னே, மட்டன் வரும் பின்னே என்ற உண்மை அதற்குப் போதுமானதாக ஆகிவிட்டது. பின்பு ஒரு நாள் மணியை மட்டும் அடித்துவிட்டு சும்மா இருந்தார். உடனே நாயின் வாயிலிருந்து நீர் வடிய ஆரம்பித்துவிட்டது. இதுதான் conditioned reflex. மனிதனுக்கும் இதே நிலைதான். எல்லாவிஷயத்திலும். பொம்பளை விஷயத்தில் மட்டுமல்ல, சாப்பாட்டு விஷயத்திலும் மனிதன் ஜொள்ளன்தான். பெண்கள் என்றால் ஜொள்ளிகள். ஆனைக்கு அர்ரம் என்றால் குதிரைக்கு குர்ரம். நாய்க்கு நர்ரம் என்றால் மனிதனுக்கு மர்ரம். இதுதான் முதல் வகை உணவைப் பொருத்தமட்டில் மனிதனின் நிலை. விதிவிலக்குகள் எப்போதுமே எல்லாவற்றிலுமே உண்டு. நாம் சராசரிகளைப் பற்றித்தான் பேசுகிறோம். விதிவிலக்குகளைப் பற்றி அல்ல. ஆக, சாப்பாடு விஷயத்தில் மனிதன் கட்டுப்பாடோடு நடந்து கொள்வதென்பது குறைந்த பட்சம் கஷ்டமான விஷயம்.

ஆனால் மூன்றாவது உணவான பதிவுகளைப் பொறுத்தவரை இது கஷ்டமான விஷயமல்ல. சுத்தமாக முடியாத விஷயம். ஏனெனில், நமது மூளைக்குள் யார்யாருடைய எண்ணங்கள் புகுந்துள்ளன, மேலும் புகுகின்றன என்று கண்டுபிடிக்கவே முடியாத அளவுக்குக் கண்ணுக்கோ மூக்குக்கோ தெரியாத நுட்பமான உணவு இது. ஒரு மனிதன் எவ்வளவு சிந்திக்கின்ற

மனிதனாக இருந்தாலும் அவனுடைய சிந்தனை நூற்றுக்கு நூறு சொந்தச் சிந்தனை என்று சொல்லவே முடியாது.

உதாரணமாக உங்களையே எடுத்துக்கொள்வோமே. நீங்கள் ஒரு சிந்திக்கின்ற மனிதர்(என்று வைத்துக்கொள்வோம்). உங்கள் வயது இப்போது முப்பது எனில், முப்பது வருஷமாக நீங்கள் சிந்தனாவாதியா என்றால் இல்லை. உங்கள் வயதின் ஏதோ ஒரு புள்ளியில் நீங்கள் சிந்திக்க ஆரம்பித்திருப்பீர்கள் சுயமாக. ஒரு பத்து வயதில் என்று வைத்துக்கொள்வோமே. இது ரொம்ப கம்மிதான், சரி பரவாயில்லை. எனக்கு உங்கள்மீது நம்பிக்கை இருக்கிறது.

அந்தப் பத்துவயது வரை உங்களுக்காக யார் சிந்தித்தார்கள்? உங்கள் அம்மா, அப்பா, தாத்தா, பாட்டி, பக்கத்து வீட்டுக்காரன், உங்கள் தெருவில் போன குடுகுடுப்பைக்காரன் இவர்கள்தான். அவர்களெல்லாம் உங்கள் மனத்தில் போட்ட வைரங்களும் குப்பைகளும்தான் உங்களை பத்துவயதுவரை கொண்டுவந்து விட்டிருக்கின்றன. நீங்கள் அந்தப் புள்ளியில் இருந்துதான் தொடங்க வேண்டும்.

அப்போ அதற்குமுன் உள்ளதெல்லாம் யார் கொடுத்த உணவு, என்னமாதிரி உணவு, கெட்டுப்போனதா, அழுகிப்போனதா, ஆரோக்கியமானதா என்று எப்படிக்கண்டு பிடிப்பது? முடியாது. உங்களால் முடியாது. அந்த மாதிரி உணவை தொடர்ந்து சாப்பிட்டதால் உங்களுக்கு மனநோய் ஏற்படும்போது வேண்டு மானால் சிக்மண்ட் ஃப்ராய்டு மாதிரி அல்லது நம்ம கோடம் பாக்கம் ருத்ரன் அல்லது மாத்ருபூதம் மாதிரி யாராவது உங்கள் ஆழ்மனத்தைப் பரிசோதித்துத் தெரிந்துகொள்ளவேண்டும்.

இதுமட்டுமல்ல. நீங்கள் சுயமாகச் சிந்திக்கின்ற வயதுக்கே இப்போது வருவோமே. இந்த வயதில் உங்களுக்கு இருக்கும் 'சுய'சிந்தனையும் உண்மையிலேயே சுயமானதா என்றால் அதுவும் கிடையாது. எவனோ வெட்டி வைத்த குழியில் விழுந்த தாகவோ, யாரோ கட்டிவைத்த அஸ்திவாரத்தில், புறம்போக்கில் எழுப்பிய கட்டடமாகவோதான் இருக்கும். ஒரு சினிமாவுக்குப் போகவேண்டுமென்று நீங்கள் முடிவெடுத்தால்கூட அது நூற்றுக்கு நூறு உங்கள் முடிவா என்றால் அல்ல. ஆச்சரியமாக இருக்கலாம். எண்ணிப்பார்த்தால் இந்த உண்மை தெரியும்.

அந்த சினிமாவுக்குப் போகவேண்டும் என்று ஏன் நினைத்தீர்கள்? ஒரு 'திறந்த' போஸ்டரைப்பார்த்து கவரப்பட்டிருக்கலாம். அல்லது டி.வி.யில் ஒரு காட்சியைப் பார்த்திருக்கலாம். அல்லது ரொம்பப் பிரமாதமான படம் என்று நீங்கள் மதிக்கின்ற ஒருவர் பேசியிருக்கலாம் அல்லது எழுதியிருக்கலாம். அது உங்களை அந்தப் படம் பார்க்க வேண்டும் என்று தூண்டியிருக்கலாம். எனவே, அந்தப் படம் பார்க்க வேண்டும் என்ற உங்களின் சுயசிந்தனையின் பின்னால், வேறு சிலரின் அல்லது பலரின் 'சுய' சிந்தனைகள் உள்ளன! உங்கள் சிந்தனை எது என்று கண்டு பிடிப்பதிலேயே இவ்வளவு பிரச்னைகள் இருக்கிறதென்றால், அவற்றைக் கட்டுப்படுத்துவது என்பது முடிகின்ற காரியமா?

சரி, முதல் உணவையும் மூன்றாவதையும் கட்டுப்படுத்துவது முடியாதது என்று சொல்லவேண்டாம், அது உங்களுக்குக் கோபத்தை ஏற்படுத்தலாம். இப்போதைக்குக் கடினம் என்று வைத்துக்கொள்வோம். அப்போ, எளிதாகக் கட்டுப்படுகின்ற உணவு உள்ளதா என்றால் உள்ளது. அதுதான் மூச்சு. உங்கள் ஆயுளையும் உயிரையும் தனது கட்டுப்பாட்டுக்குள் வைத்திருக் கின்ற மூச்சை மட்டும் நீங்கள் விரும்பினால் உங்கள் கட்டுப் பாட்டில் வைத்திருக்கலாம்!

மூச்சு மட்டும்தான் நமது கட்டுப்பாட்டுக்குள் இல்லாததாகவும் ஆனால் அதேசமயம் விரும்பினால் கட்டுப்பாட்டுக்குள் கொண்டு வரக்கூடியதாகவும் (semi&voluntary) உள்ளது. ஆமாம். நமக்குத் தெரியாமலே மூச்சை நாம் விட்டுக்கொண்டிருந்தாலும் விரும்பி னால் தெரிந்தே விடலாம் அல்லது விடாமல் இருக்கலாம் (சில நிமிடங்களுக்குத்தான்).

இந்த வசதி மற்ற இரண்டு உணவிலும் இல்லை. எனவே, இதைக் கட்டுப்படுத்தினால் அதாவது விழிப்புணர்வுடன் முறைப்படி மூச்சுவிட்டால் அது மற்ற உணவுகளையும் கட்டுப்படுத்தும். ஒரு முக்கோணவடிவ பட்டத்தில் ஒரு பக்கத்தைப் பிடித்து இழுத்தால் மற்ற இரண்டு பக்கங்களும் சேர்ந்து முழுப்பட்டமும் வந்துவிடுவதுபோல. இப்படி ஏன் பிடித்து இழுக்க வேண்டும் என்பதற்கு முன் மூச்சைப்பற்றிய சில உண்மைகளையும், தகவல்களையும் தெரிந்துகொள்ள வேண்டும்.

நாம் மூக்கால்தான் மூச்சு விடுகிறோம். இது எல்லோருக்கும் தெரிந்ததுதான் என்றாலும், இதற்கும் விதிவிலக்கு உண்டு! சிலர்

வாயால்தான் அதிகம் விடுகிறார்கள் என்றால் அவர்களுக்கு மூக்கை உபயோகிப்பதில் ஏதோ பிரச்னை இருக்கிறது என்று பொருள். சொல்லவந்த விஷயம் இங்கே அதுவல்ல. மூக்கின் மூலமாகத்தான் பொதுவாக மூச்சு உள்ளே போகிறது, வெளியே வருகிறது என்றாலும் மூக்கில் உள்ள இரண்டு துவாரங்களின் வழியாகவும் காற்று எப்போதுமே போய் வந்துகொண்டிருப்ப தில்லை. ஒரு நேரத்தில் ஒரு துவாரம்தான் பிரதானமாக வேலை செய்யும். இதற்கு வடகலை, பிங்கலை என்றெல்லாம் பெயர் வைத்துள்ளார்கள்.

உதாரணமாக வடகலையில், அதாவது வலது துவாரத்தின் வழி யாக மூச்சு ஓடும்போது செய்ய வேண்டிய மற்றும் செய்யக்கூடாத காரியங்கள் என்னென்ன என்று வரையறுத்து இதை ஒரு கலை யாகவே - கவனிக்க, வட ‘கலை’, பிங்‘கலை’ - நமது முன்னோர்கள் வைத்துள்ளார்கள். சூஃபிகளும் அந்தக்காலத்திலேயே இந்த மாதிரி மூச்சோட்டத்தை நமது தேவைகளுக்குப் பயன்படுத்துவது எப்படி என்று ஓர் ஆராய்ச்சி செய்து வைத்துள்ளார்கள். இதற்கு அவர்கள் ஃபாஸ்-அல்-ஃபாஸ் என்று பெயர் வைத்துள்ளார்கள்.

அவர்களுடைய கணக்குப்படி ஒவ்வொரு 02 மணி நேரம் 24 நிமிஷத்துக்கும் மூச்சு வலது இடது என்று துவாரத்தை மாற்றி மாற்றி ஓடிக்கொண்டிருக்கும். இந்த அமைப்பு, ஒவ்வொரு 14 நாட்களுக்கும் இருக்கும். அடுத்த பதினான்கு நாட்களுக்கு முன்னர் ஓடிய முறைக்கு நேர்மாறாக, தலைகீழாக ஓடும். இந்த ‘சைக்கிள்’, அதாவது வட்டம், பொதுவாகக் காலை வேளையில் தொடங்குமாம். ஒவ்வொரு வளர்பிறைக்கும் தேய்பிறைக்கும் மாறிமாறி வரும் என்று ஒரு கணக்கும் உண்டு.

இந்தத் தகவல்கள் நமக்கு ரொம்ப முக்கியமானவை அல்ல. ஆனால், இந்தத் தகவல்களைக் கொடுத்த மனத்துகள் கொண் டிருந்த கருத்து, செய்த ஆராய்ச்சியின் அடிப்படை நமது வெற்றிக்கு மிகவும் முக்கியமானது. உதாரணமாக, வீடுவாங்கு தல், வியாபாரம், கல்யாணம் முதலிய நிரந்தரமானவை பற்றி மூச்சு இடதுபக்கமாக ஓடும்போது நினைக்க வேண்டுமாம். (திரு மணத்தை நிரந்தரமான ஒரு விஷயம் என்று நீங்கள் நினைக்கும் பட்சம்).

பிங்கலையில் மூச்சு ஓடும்போது ஓடாத சரக்கைப்பற்றி நினைத்துக்கொண்டிருந்தால் - அது விற்கவேண்டுமென்றுதான்

- அது நிச்சயமாக விற்கும். நமக்கிருக்கும் கடன் தொல்லைகள், உடல் உபாதைகள் இவைகள் நீங்க வேண்டும் என்று விரும்பு பவர்கள் மூச்சு வலது பக்க துவாரத்தின் வழியாக ஓடும்போது தான் அதைப்பற்றி நினைக்க வேண்டும். மூச்சு இடது பக்கமாக ஓடும்போது நமக்கிருக்கும் கடன் நீங்கவேண்டுமென்று நினைப்பதனால் பயனில்லை என்கிறார்கள்.

என்ன ரொம்ப ஆச்சரியமாக உள்ளதா? உள்ளே போகின்ற காற்றின் திசைக்கும் வாங்கிய கடனைத் தீர்ப்பதற்கும் என்ன சம்பந்தம் உள்ளது? என்ன முட்டாள்தனமாக உள்ளதே என்று தோன்றுகிறதா? இருக்கட்டும். ஒரு முட்டாள்தனம் நமது நெடுநாளைய கந்துவட்டிக்கடனைத் தீர்க்க உதவுகிறது என்றால் அது நமக்கு மிகவும் தேவையான முட்டாள்தனம்தானே? பெயர் எதுவாயிருந்தால் என்ன? பிரச்னை தீர்ந்தால் சரிதானே? கோயிலுக்குப் போவதையும், கடவுளை நம்புவதையும்கூட முட்டாள்தனம் என்றுதான் சிலர் சொல்லுகிறார்கள். அதற்காக அந்த அற்புதமான முட்டாள்தனத்தை நாம் விட்டுவிட்டோமா என்ன? இன்னும் வேகத்தோடுதானே செய்கிறோம்?

ஒரு முட்டாள்தனம் வேலைசெய்யும்போது, நன்மை பயக்கும் போது அது எப்படி முட்டாள்தனமாகமுடியும்? இதை எப்படித் தெரிந்துகொள்வது? முயற்சி செய்துதான். அதற்கு முதல்படி, இப்படி ஒரு விஷயம் உள்ளது என்று தெரிந்தால்தானே? அதனால் தான் முதலில் மூச்சு என்பது வெறும் காற்று என்று நினைத்துக் கொள்ளாதீர்கள், அது இறைவனின் அருட்கொடையாக உள்ளது என்று ஓர் உண்மையை, ரகசியத்தைச் சொன்னேன். இதெல்லாம் சொல்வது என்ன? முதலில் நம்மிடம் உள்ள பொக்கிஷங்கள் என்னென்ன என்பதைப்பற்றிய அறிவே கொஞ்சம்கூட இல்லாமல் நாம் வாழ்ந்துகொண்டிருக்கிறோம் என்பதுதான்.

வடகலை பிங்கலை பற்றி ஒரு கொசுறு செய்தி. வடகலையில் ஓடவேண்டிய மூச்சு பிங்கலையாகவும் பிங்கலையில் ஓட வேண்டியது வடகலையிலும் ஓடிக்கொண்டிருந்தால், ஏதோ நடக்கப்போகிறது, அதாவது உடம்பில் ஏதோ கோளாறு என்று அர்த்தமாம்.

நம்முடைய மூச்சைப் பற்றி அடுத்து நாம் தெரிந்துகொள்ள வேண்டிய முக்கியமான விஷயம் அதன் frequency பற்றிதான். அதாவது நமது மூச்சோட்டம் எப்படி நிகழ்கிறது? ஆழமாகவா,

குறைந்த நீளமுள்ளதாக அடிக்கடியா என்று தெரிந்து கொள்ள வேண்டும். நாம் உணர்ச்சிவசப்படும்போது, அந்த உணர்ச்சிக்கு ஏற்றவாறு மூச்சின் விகிதாச்சாரமும் ஓடும் விதமும் மாறு படுகிறது.

நாம் செல்லமாகக் கோபித்துக்கொள்ளும்போது, பயங்கரமாக நறநறவென பல்லைக்கடித்து அல்லது காட்டி கோபப்படும் போது, கடன் கொடுத்தவன் பார்த்துவிடுவானோ என்று பயப் படும்போது, உயிர் போய்விடுமோ என்று பயப்படும்போது, காதல் வயப்படும்போது, ஒரு பெண்ணோடு இணையும்போது, தோற்றுவிடுவோமோ என்று நினைக்கும்போது, வென்றுவிடு வோம் என்று நம்பிக்கைக் கொள்ளும்போது - இப்படிப் பல்வேறு உணர்ச்சி நிலைகளில் நம்முடைய மூச்சோட்டத்தை கவனித்தால் ஓர் உண்மை தெரியும். அதாவது இந்த எல்லாச் சூழ்நிலைகளிலும் மூச்சோட்டம் ஒரே மாதிரியாக இருப்ப தில்லை. அந்தந்த உணர்ச்சிகளுக்குத் தகுந்தபடி கூடுதலாகவோ குறைவாகவோ, ஆழமாகவோ அல்லது ஆழமற்றோ ஓடுகிறது.

சரி, இதைத் தெரிந்துகொள்வதால் என்ன பயன் என்கிறீர்களா? மிகமுக்கியமான பயன் உள்ளது. உதாரணமாக, பயப்படும் போது கவனித்தால் இதயம் வேகமாகத் துடிக்கும். ஓடிவந்த மாதிரி மூச்சு சீக்கிரம் சீக்கிரமாக வரும். அந்த நேரத்தில் வேண்டு மென்றே மூச்சு ஓடும் ஸ்டைலை மாற்றினால் பயம் போய்விடும்! பயம் வரும்போது நீளமாக ஒரு நாலைந்து மூச்சு இழுத்து விட்டால் தெரியும் பயம் எப்படிப் பறந்துபோகிறதென்று!

பக்தியில் ஓடும் மூச்சோட்டத்தை மாற்றி போகம் செய்யும் போது, உள்ள மூச்சோட்டம் மாதிரி விட முயன்றால், கொஞ்ச நேரத்துக்கெல்லாம் பக்தி காமமாக மாறிவிடும்! ஆண்டவன் காப்பாற்றுவானாக! சரி, இதையே மாற்றிப்பாருங்களேன். அதாவது, பக்தியில் உள்ள மூச்சோட்டத்தை செக்ஸில் கொண்டு வந்தால் காமம்கூட புனிதமான உறவாகிவிடும்!

மூச்சோட்டத்தை வேண்டுமென்றே மாற்றுவதன் மூலம் உணர்ச்சிகளை மாற்ற முடியும். எவ்வளவு பெரிய வெற்றி இது? கோபம் வரும்போது வேண்டுமென்றே அமைதியானவனுடைய மூச்சோட்டத்தை ஏற்படுத்த முயல்வதன் மூலம் அமைதி வருமோ இல்லையோ நிச்சயமாகக் கோபம் போய்விடும். இது சாதாரண விஷயமா? கோபத்தைப் பற்றி, பயத்தைப் பற்றியெல்லாம்

விரிவுரை நிகழ்த்துவதனால் சாதிக்க முடியாத காரியத்தை ஒரு சில விநாடிகளில் மூச்சு சாதித்துவிடுகிறதே? இது ஒரு சாதனை அல்லவா? இப்போது சொல்லுங்கள் மூச்சு ஒரு பொக்கிஷமா அல்லவா?

சுருக்கமாகச் சொன்னால் மூச்சை மாற்றுவதனால் ஒரு மனிதனுடைய 'கேரக்ட'ரையே மாற்றலாம். சீர்திருத்தப் பள்ளிகளால் வருஷக்கணக்கில் கொண்டுவர முடியாத மாற்றத்தைச் சில நிமிஷங்கள் தியானம் செய்வதனால், அதாவது அமைதியான மூச்சோட்டத்தை ஏற்படுத்துவதனால், கொண்டுவர முடியும். அதனால்தான் சிறைகளில் கைதிகளுக்கெல்லாம் கிரண்பேடி போன்றவர்கள் தியானம் கற்றுக்கொள்ள ஏற்பாடு செய்திருக்கிறார்கள்.

அப்படியானால் ஒரு தோல்வியாளனை வெற்றிபெற வைப்பதும், அவன் தோல்வியடைபவனாகவே தொடர்ந்து இருக்க வைப்பதும் மூச்சில் உள்ளதா என்றால், ஆமாம். அப்படியானால் ஒவ்வோர் உணர்ச்சிக்கும் எப்படி மூச்சு ஓடுமென்று ஆராய்ச்சி செய்து தெரிந்துகொண்டு, அதை அவ்வப்போது மாற்றிக் கொண்டிருக்க வேண்டுமா என்றால் தேவையில்லை. மன அமைதி உள்ளவனுடைய மூச்சோட்டம் எப்படி இருக்கும் என்று மட்டும் தெரிந்துகொண்டு, அதைப்போல நமது மூச்சோட்டத்தையும் ஒவ்வொரு நாளும் கொஞ்ச நேரம் மாற்ற முயன்றால் போதும். ஏனெனில் மனதில் அமைதி என்பது இல்லாமல் ஒருவன் வெற்றி அடைந்ததாக வரலாறு கிடையாது. இந்த இடத்தில்தான் ஆல்ஃபா வருகிறது. (ஆல்ஃபா பயிற்சி பற்றி விளக்கும்போது, இதைத் தெளிவாகப் புரிந்து கொள்வீர்கள்).

அமைதியானவனுடைய மூச்சோட்டம் என்பது ஆழமான இசையோடு கூடிய rythmic ஆன மூச்சோட்டம்தான். அதை எப்படி ஏற்படுத்துவது, அதற்கு நம்மை எப்படித் தயார் செய்து கொள்வது, எப்படி உட்காருவது, எவ்வளவு நேரம் ஒரு நாளைக்குச் செய்வது என்பதெல்லாம் ஆல்ஃபா பயிற்சி பற்றிய பகுதியில் கொடுக்கப்பட்டுள்ளது. அந்தப் பயிற்சியையும் அதன் முக்கியத்துவத்தைச் சரியாகப் புரிந்துகொள்ள வேண்டும் என்பதற்காகத்தான் இவ்வளவும் சொல்லப்படுகிறது.

அடுத்து மூச்சைப்பற்றி நாம் தெரிந்து கொள்ளவேண்டியது ஒன்று உள்ளது. அது இதுதான் : இரண்டு பேருக்கு மூச்சோட்டம்

ஒரேமாதிரி ஓடுமானால், அதாவது frequencey ஒன்றாக இருக்கு மானால் இரண்டு பேருடைய சிந்தனையும் ஒன்றாகத்தான் இருக்கும். உண்மையான காதலர்கள் இருவரின் மூச்சோட்டமும் ஒன்றாகத்தான் இருக்கும். வேண்டுமானால் உங்கள் காதலியின் மூச்சை நீங்களும் உங்களின் மூச்சை அவளையும் கவனித்துப் பார்க்கச் சொல்லுங்கள்.

மஜ்னூவை சாட்டையால் அடித்தபோது, லைலாவின் முதுகில் அதன் வடுக்கள் தோன்றியதாம். இதையே வேறுவிதமாகச் சொன்னால் இரண்டு மூச்சோட்டங்கள் இணைவதன் அற்புதம் என்று அதைச் சொல்லலாம். இரண்டு உள்ளங்கள் இணைவது என்பது வேறொன்றுமல்ல, இரண்டு பேருடைய மூச்சோட்டங் களும் இணைவதுதான்.

இன்னொருவர் மனத்தில் உள்ளதையெல்லாம் அந்தக்கால பெரியவர்கள் சொன்னதாக நாம் பள்ளிப்பாடக் கதைகளில் படித்திருப்போம். உதாரணமாக, ஒரு துறவியின் வீட்டுக்கு ஒரு திருடன் வருவான். அவனைப் பார்த்தவுடன் துறவி அவனைப் பார்த்து, 'திருடத்தானே வந்தாய்? நீ எடுத்தது சாதாரண விளக்கு தான். அந்த அறையில் போய்ப்பார்.அங்கே வெள்ளிக் குத்து விளக்கு உள்ளது. அதை எடுத்துக்கொள்' என்று அவர் சொன்ன தும் திருடன் அவர் காலில் விழுந்து மனம் திருந்தியதாகப் பள்ளிப்பாடத்தில் நீங்கள் படித்திருக்கலாம்.

இந்தக் கதையில் திருடனின் மனத்தில் ஓடியதைத் துறவி எப்படித் தெரிந்துகொண்டார் என்பதுதான் நம்முடைய மெகாகேள்வி. அதற்கு இரண்டு பதில்கள் உண்டு. ஒன்று துறவியின் மூச்சோட்ட விகிதாச்சாரத்துக்குத் திருடன் வரவேண்டும். அல்லது திருடனின் மூச்சோட்ட விகிதாச்சாரத்துக்குத் துறவி இறங்கவேண்டும். இரண்டாவதுதான் நடந்திருக்கும். ஏனெனில் திருடனின் மூச்சு துறவியின் மூச்சைப்போல ஓடியிருக்குமானால் அவனுக்கு திருடவேண்டும் என்ற எண்ணம் ஏற்பட்டிருக்காது. துறவி வேண்டுமென்றே அவனுடையதுக்கு 'இறங்கி' அவன் மனத்தில் உள்ளதைப் படித்துவிட்டார். Parapsychology-இல் இதைத்தான் 'டெலிபதி' (telepathy)என்கிறார்கள்.

வேண்டுமானால் ஒரு விளையாட்டாக நீங்கள் இதைச் செய்து பார்க்கலாம். ஒரு நண்பரை எதிரில் வைத்துக்கொண்டு அவருக்குத் தெரியாமல் அவருடைய மூச்சோட்டத்தைக் காப்பி

யடியுங்கள். அதுதான் கைவந்த கலையாயிற்றே! ஆனால் இந்தக் காப்பி பற்றி யாரிடமும் 'மூச்சு' விடக்கூடாது. பின்பு நீங்கள் ஒரு எண்ணை நினைத்துக்கொண்டு அதை அவர் மனத்தில் நினைக்க வேண்டும் என்று நினையுங்கள். உதாரணமாக, பத்து என்ற எண்ணை அவர் நினைக்கவேண்டும் என்று அவருடைய மனத்துக்கு உத்தரவு கொடுங்கள். ரொம்ப 'ஸ்ட்ராங்'காக.

ஆனால் இப்படி உத்தரவு கொடுக்குமுன் அவருடைய மூச்சோட்டத்து நீங்கள் வந்துவிட வேண்டும். பின் அவரை பத்துக்குள் ஒரு எண்ணை நினைத்துக்கொள்ளச் சொல்லுங்கள். பின் மறுபடியும் பத்துதான் அவர் நினைக்க வேண்டும் என்று உத்தரவு கொடுங்கள். பின்பு, 'நீ நினைத்தது பத்து' என்று சொல்லிப்பாருங்கள். 'ஆமாம் பத்துதான் நினைத்தேன். எப்படிக் கண்டுபிடித்தாய்?' என்பார்! இதே மாதிரி எண்ணுக்குப் பதிலாக பூ, பழம் என்றும் விளையாடிப் பார்க்கலாம்.

இந்த விளையாட்டில் பலமுறை வெற்றியும் ஒருசில முறை தோல்வியும் வரலாம். அதன் காரணம், அதாவது தோல்வி வரும்போது, மூச்சின் விகிதாச்சாரம் மாறிவிட்டது என்று அர்த்தம். மூச்சு மாறினால் நம்பிக்கையும் மாறும். சந்தேகமும் வரும். சரி, இந்த விளையாட்டு எதற்காக? ஒரு மிகப்பெரிய உண்மையைப் புரிந்துகொள்வதற்காக. அது என்ன?

ஓர் உதாரணம் மூலம் சொல்கிறேன். நீங்கள் ஒருவரிடம் ஒரு உதவி கேட்டுப்போகிறீர்கள். அவர் செய்வாரா மாட்டாரா என்று நிச்சயமாகச் சொல்லமுடியாது. செய்யலாம். மறுக்கவும் செய்ய லாம். இப்போது அவரை நமக்கு உதவி செய்ய வைக்க வேண்டும். எப்படி? மூச்சை மாற்றுவதுதான் வழி. அதாவது வேண்டுமென்றே அவரின் மூச்சோட்டத்தை கொஞ்ச நேரம் அவருக்குத் தெரியாமல் காப்பியடித்துவிட்டு, அதே மூச்சோட்டம்தான் நமக்கும் வந்துவிட்டது என்று தோன்றிய பிறகு, அவரிடம் உதவி கேட்டால் அவரால் நமக்கு உதவி செய்யாமல் இருக்க முடியாது!

இப்படியாக, மூச்சேஸ்வரானந்தாவின் உதவி நமது மூச்சு உள்ள வரை நமக்கு உள்ளது என்று மூச்சு சத்தியமாக என் மூச்சு உள்ள வரை நான் அடித்துச் சொல்வேன். ஆனால் இப்படி ஒவ்வொரு சூழ்நிலையிலும் மூச்சை மாற்றிக்கொண்டிருப்பதற்குப் பதிலாக, நிரந்தரமாக நமது மூச்சோட்டத்தை எப்போதுமே ஆழமான

நிலையில் வைத்துக்கொண்டால் என்ன என்ற கேள்வி நியாய மானது மட்டுமல்ல, ரொம்ப அறிவுப்பூர்வமானதும் அவசிய மானதும்கூட. ஆல்ஃபா பயிற்சி மட்டுமல்ல, பலவகையான தியானங்களில் பெரும்பாலானவை மூச்சை அடிப்படியாக வைத்தவையே.

மூச்சைக் கவனித்தால் நமது முழு வாழ்க்கையையும் கவனிப்ப தாக அர்த்தம். மூச்சு அதுபாட்டுக்கு நமக்குத் தெரியாமலே போய் வந்து கொண்டிருந்தால் தூக்கத்திலேயே நாம் நமது வாழ்க்கையைக் கழித்துக்கொண்டிருக்கிறோம் என்று அர்த்தம். மூச்சை நமது இஷ்டத்துக்கு வளைத்தால், நமது வாழ்க்கை யையே நமது விருப்பப்படி மாற்றுகின்ற சக்தியை வளர்க்கிறோம் என்று பொருள். ஏனெனில் ஏற்கெனவே சொன்னபடி, மூச்சைக் கட்டுப்படுத்தினால், மற்ற உணவுகள் யாவும் கட்டுப்படும். நமது வாழ்வு நமது கையில் என்ற முதுமொழியை உண்மையாக்க வேண்டுமெனில், முதலில் நமது மூச்சை நமது கட்டுப்பாட்டுக் குள் கொண்டுவர வேண்டும்.

ஆன்மிகம், ஆல்ஃபா, ஆட்டோ சஜஷன், ஹிப்னாட்டிஸம், வெற்றி, சாதனை, தோல்வி எல்லாவற்றுக்கும் மூச்சுக்கும் நெருங்கிய தொடர்பு உள்ளது என்பது கொஞ்சமாவது புரிந் திருக்கும் என்று நம்புகிறேன். மூச்சோட்டம் ஒருமுறை ஒரு குறிப்பிட்ட - அமைதியான - விகிதாச்சாரத்துக்கு வந்துவிட்ட தென்றால் போதும். அதற்குரிய சக்தி தானாகவே வெளிப்பட ஆரம்பிக்கும். மனஅமைதி என்பது ரிலாக்ஸ்டாக இருக்கின்ற நிலைதான் என்பதைச் சொல்ல வேண்டியதில்லை. மனம், எண்ணம், மூச்சு, ரிலாக்சேஷன், கற்பனை, குறிக்கோள் போன்ற எல்லாமே ஒன்றோடொன்று இணைந்த ஒரு நெட்வொர்க். இதைப்புரிந்து கொள்வது அவசியம். இதன் தலைவர்தான் மூச்சு!

மூச்சைப்பற்றிய கடைசிக் கொசுறு செய்தி. மூச்சை ஆழமாக விடப்பழகிக் கொள்வதால் கிடைக்கின்ற நன்மைகளில் மிகமிக மட்டமானது உடல் ஆரோக்கியம்! ஒரு மனிதன் எவ்வளவுதான் வெற்றியடைந்தவனாக இருந்தாலும் வாழ்நாளில் பெரும் பகுதியை ஆஸ்பத்திரியிலும் கோர்ட் வாசலிலும் கழிப்பதால் என்ன பயன்? ஒரு காய்ச்சலடித்தால்கூட நான் அப்போலோ வுக்குத்தான் போவேன் என்று அடம்பிடிப்பது உண்மையில் பெருமையானதா, அல்லது நோயே வராமல் என்னால் ஆரோக்கியமாக வாழமுடியும் என்று சொல்லமுடிவது பெருமை

யானதா? இரண்டாவதுதான். அதற்கு என்ன செய்ய வேண்டும்? ஒன்றும் செய்ய வேண்டியதில்லை. ஒழுங்காக மூச்சை விட்டால் போதும். மற்றதையெல்லாம் அது கவனித்துக்கொள்ளும்.

சரியாக மூச்சு விடாவிட்டால் நமது நுரையீரலில் பாதிக்குமேல், அதாவது கோடிக்கணக்கான பைகளுக்குள், கார்பண்டை ஆக்ஸைடுதான் நிரம்பியிருக்கும்! யோகா, தன்த்ரா சூத்திரங்களெல்லாம் ஆழமாக மூச்சு விடச்சொல்வதன் காரணம் நமது ஆரோக்கியம்தான். நமது நுரையீரலில் உள்ள கார்பண்டை ஆக்ஸைடை யார் வெளியேற்றுவார்கள்? நாம்தான் செய்ய வேண்டும். அதாவது ஒழுங்காக விடுகின்ற மூச்சு செய்யும்.

அந்தக்காலத்தில் நாகூர் தர்காவில் சில ஃபக்கீர்கள் கையில் ஒரு கொட்டு வைத்து அடித்துக்கொண்டு 'ஹோஷ் பர் தம், நஜர் பர் கதம்' என்று பாடிக்கொண்டே வருவார்களாம். அதன் அர்த்தம் என்னவெனில், 'மூச்சையும் காலடிகளையும் கவனி' என்பதுதான். தன்னை அறிதல் என்ற தத்துவத்தில் முதல்படி மூச்சை கவனித்து அதை அறிந்துகொள்வதுதான். புத்தரின் கடைசி பயிற்சியாக இருந்த மூச்சுப்பயிற்சி நமது வாழ்வில் நமது நாளின் முதல் பயிற்சியாக இருக்கட்டும்.

மூச்சு வெறும் தங்கமாக இருந்து பயனில்லை. அது புடம் போடப்பட்ட தங்கமாக மாறவேண்டும். மூச்சு வெறும் வைரமாக இருந்து பயனில்லை. அது பட்டைதீட்டப்பட்ட வைரமாக வேண்டும். அந்த அழகுபடுத்தும் வேலையை நீங்கள்தான் செய்ய வேண்டும். அதுதான் மூச்சை ஆழப்படுத்துவது என்பது. அப்போதுதான் தங்கத்துக்கும் வைரத்துக்கும் மதிப்பு வரும். அப்போதுதான் வெற்றியும் நமதாக இருக்கும்.

அப்போதுதான் ஆல்ஃபா முழுமையான பலனளிக்கும்.

8. புள்ளியில் குவிதல்

மனத்தை ஒருமுகப்படுத்துதல் என்பது தியானத்தின் பகுதியாகும். ஒருமுகப்படுத்து தலைத் தொடர்ந்து தியானமும், தியானத்தைத் தொடர்ந்து சமாதியும் சித்திக்கிறது.

- ஸ்ரீ ஸ்வாமி சிவானந்தா

பள்ளிக்கூடத்தில் படிக்கும்போது, இந்தச் சோதனையை நாமனைவருமே செய்திருப் போம். ஒரு லென்ஸை எடுத்து ஒரு வெள்ளைத் தாளின் மீது நல்ல வெயிலில் காட்டினால், லென்ஸுக்குக் கீழே ஒரு புள்ளி விழும். கொஞ்ச நேரத்துக்கெல்லாம் அந்தப் புள்ளி பற்றிக் கொண்டு தாள் எரிந்து புள்ளி ஓட்டையாகும். ஒரு மேஜிக்கைப்போல, இந்தப் பரிசோதனையை நாம் செய்து பார்த் திருப்போம். தியானத்துக்கும் அதேதான்.

ஒரு புள்ளியில் மனத்தைக் குவிப்பது. இதைத் தாரணை என்ற ஒற்றைச் சொல்லால் பெரிய வர்கள் அந்தக் காலத்தில் குறித்தார்கள். பதஞ்சலியின் யோக சூத்திரத்தில் இருக்கும் எட்டு அம்சங்களில் தாரணை ஆறாவது அம்சமாகும். ஏழாவது தியானம், எட்டாவது

சமாதி நிலை. தாரணைக்குப் பிறகுதான் தியான மனநிலையே நமக்கு வாய்க்கிறது என்பது பதஞ்சலியின் கருத்து. அது சரியான கருத்துதான். ஏனெனில் மன ஒருமைப்பாடு இல்லாமல் தியானம் எப்படிக் கிடைக்க முடியும்? ஆல்ஃபாவின் அம்சங்களில் முக்கிய மானது, மனத்தை ஒருமுகப்படுத்துவது. எந்தக் காரியம் செய்கி றோமோ அதிலே மட்டும் மனம் ஒருமித்திருந்தால் அந்தக் காரியத்தில் தாரணை ஏற்பட்டு, அது தியானமாகப் பரிணமிக் கிறது. இந்த விதிகளை நமக்கே தெரியாமல் பின்பற்றி நாம் செய்யும் ஒரே காரியம், கலவிதான். (கல்வியல்ல)! அந்த நேரத் தில் மட்டும்தான் வேறு சிந்தனை எதுவும் நமக்கு இருப்ப தில்லை!

அந்த ஒருமித்த மனநிலையை ஆல்ஃபாவில் கொண்டுவர வேண்டும். அப்படியானால் தாரணையின் முக்கியத்துவத்தைக் கொஞ்சமாவது புரிந்துகொள்ள வேண்டாமா?

வேதாந்திகள் ஆத்மாவை நோக்கி மனத்தைக் குவித்தார்கள். ஹட யோகிகளும் ராஜ யோகிகளும் சக்தியின் மையங்களான ஆறு சக்கரங்களின்மீது குவித்தார்கள். பக்தர்களுக்கோ இஷ்ட தெய்வம் இருக்கவே இருக்கிறது. இப்படி ஒவ்வொருவரும் அவரவர்க்குரிய விதத்தில் மனத்தை ஏதாவதொரு புள்ளியில் குவித்துத்தான் வெற்றி பெற்றிருக்கிறார்கள். எலியைப் பிடிப் பதற்காக, சிலை மாதிரி நிற்கும் பூனையைப் பார்த்திருக்கிறீர் களா? அதுவும் ஒருவித தியான நிலைதான். எலி தப்பிக்க வழியே இல்லை என்று உறுதிப்படும்வரை அசைவே இருக்காது. உணவு நிச்சயமான பிறகுதான், பூனை அசையும் ஏன்? ஸ்தம்பித்துப் போகும் எலியிடத்தும் அசைவிருக்காது. தப்பிப்பது எப்படி என்ற புள்ளியிலேயே எலிமனம் இருக்கும்!

மனம் ஒரு புள்ளியில் குவிந்துவிடும்போது, புலனனுபவங்கள் உணரப்படுவதில்லை. ஆழமான தாரணையின்போது உடலைப் பற்றியோ, சுற்றுப்புறத்தைப் பற்றியோ பிரக்ஞை இருக்காது. யுத்தத்தில் எதிரியின் அம்பு இடுப்பில் குத்தி நின்றது அலீ என்ற வீரருக்கு. அதை உருவி வெளியில் எடுக்காவிட்டால் அவருடைய உயிருக்கு ஆபத்து ஏற்படலாம். என்ன செய்வது என்று நண்பர்களுக்குத் தெரியவில்லை. நபிகள் நாயகத்திடம் போய்க் கேட்டார்கள். அலீ தொழுகையில் இருக்கும்போது உருவிவிடுங்கள் என்று நபிகள் நாயகம் சொன்னார்கள். தோழர் களும் அப்படியே செய்யக் காத்திருந்தார்கள். தொழுகை நேரம்

வந்தவுடன், குத்தி நின்ற அம்பும் காயமும், வேதனையுமாக பள்ளி வாசலுக்கு வந்தார் அலீ. அல்லாஹு அக்பர் என்று சொல்லி தொழுகையை அவர் தொடங்கியவுடன், தோழர்கள் சென்று அம்பை அவர் உடம்பிலிருந்து உருவி எடுத்தார்கள். அலீ எதுவும் சொல்லவில்லை. முணகவில்லை. அசையவில்லை. அவர் தொழுகையில் இருந்தார். தோழர்கள் வந்ததோ, அம்பு தன் உடலில் இருந்து உருவி எடுக்கப்பட்டதோ அவருக்குத் தெரியாது. ஏன்? அவர் கண்கள் திறந்துதான் இருந்தன. ஆனால் பார்க்கவில்லை. அவர் உடலைப் பற்றிய பிரக்ஞையே இல்லாம லிருந்தார். அவர் இறைவனோடு இருந்தார். அந்தத் தாரணையில் மற்ற எதுவுமே அவருடைய வெளிமனத்துக்குத் தெரியவில்லை!

எல்லா மனிதர்களுக்குமே இந்த மனஒருமைப்பாடு ஓரளவுக்கு இருக்கவே செய்கிறது. ஆனால் ஓரளவுக்குத்தான். சுவைத்துச் சாப்பிடும்போது, ஆர்வமாக கிரிக்கெட் மாட்ச் பார்க்கும்போது, சினிமா, டிவி சீரியல் பார்க்கும்போது, புறம் பேசும்போது, சிரிக்கும்போது, அழும்போது, கோபப்படும்போது என்று வாழ்வின் சில பல கட்டங்களில் கொஞ்ச நேரத்துக்கு நாம் மன ஒருமைப்பாட்டுடன்தான் இருக்கிறோம். ஆனால் அது வெற்றியைத் தரக்கூடிய அளவுக்கு அது போதுமானதாக இருக்கிறதா என்றால் இல்லை. முக்கால் வாசி நமது மனம் சிதறியும், கொசுறாகக் குவிந்தும் இருக்கிறது. அவ்வளவுதான்.

ஏன் இப்படி இருக்கிறது? இதற்கான பதிலும் உங்களுக்குத் தெரிந்ததுதான். அக்கறையின்மை. ஆமாம். அக்கறையின்மை தான். இந்த உண்மையை நாம் ஒப்புக்கொள்ளத்தான் வேண்டும். எதில் நமக்கு ஆர்வமில்லையோ அதில் மனம் ஒன்றாது. எதிலெல்லாம் நமக்கு ஆர்வமிருக்காது? நம் வாழ்க்கையில் நமக்கு எதெல்லாம் உதவி செய்யுமோ, நமக்கு எதெல்லாம் வெற்றி தருமோ, எதெல்லாம் நம்மைத் தூக்கிவிடுமோ அதிலெல்லாம் நமக்கு அக்கறையிருக்காது! ஆமாம். நாம் மாணவனாக இருந்தால் படிப்பில் ஆர்வமிருக்காது. (இதில் மாணவிகளைச் சேர்க்க முடியாது. ஏனெனில், பொதுவாக மாணவர்களைவிட படிப்பில் மாணவிகளுக்குத்தான் அக்கறை யும் உழைப்பும் அதிகம்). வேலை இல்லாமல் இருந்தால் எதிலுமே ஆர்வமிருக்காது. வேலை கிடைத்துவிட்டால் வேலை செய்வதில் ஆர்வமிருக்காது! அரசியல், சினிமா, மதம் தொடர்பான அரட்டைப் பேச்சில் ஆர்வமிருக்கும். டிவி பார்ப்பதில் ஆர்வமிருக்கும்.

எப்போதுமே டிவி பார்ப்பவர்கள் - தொலக்காட்சி தொடர்பான படைப்பாளிகள், தொழில்நுட்ப வல்லுனர்கள் தவிர - வாழ்க்கையில் முன்னேற வழியே கிடையாது. இது என் சாபமல்ல. சபிப்பதற்கு நான் யார்? ஆனால் நான் சொல்வது உண்மை. ராதிகா நடித்த 'சித்தி' என்றொறு தமிழ் சீரியல் உலகெங்கும் பிரபலமாக இருந்தபோது, சித்தியில் உங்களுக்குப் பிடித்த பகுதி எது என்று ராதிகாவை ஒரு பேட்டியில் கேட்டார்கள். அதற்கவர், நான் 'சித்தி' பார்ப்பதில்லை, எனக்கதற்கெல்லாம் நேரமில்லை என்று கூறினார். அருமையான பதில். நெத்தியடி. ஆனால் அவர் சொன்னதுதான் சரி. முன்னேற வேண்டும் என்ற வெறிகொண்ட யாரும் அப்படித்தான் பேசுவார்கள். அப்படியானால் டிவி பார்ப்பவர்களெல்லாம் எப்படிப்பட்டவர்கள் என்ற கேள்வியை நாம்தான் நமக்கு நாமே கேட்டுக்கொண்டு பதில் காணவேண்டும்.

இரண்டு 'லைவ் வயர்'களை இணைக்க வேண்டிய அவசியம் உங்களுக்கு ஏற்பட்டால் அதை எப்படிச் செய்வீர்கள்? 'கோலங்கள்' தொலைக்காட்சித் தொடர் பார்த்துக் கொண்டே செய்வீர்களா? செய்யமாட்டோம் அல்லவா? ஏன்? வாழ்வா சாவா என்ற பிரச்னையாகிவிடுமே! அதில் நாம் கொடுக்கின்ற கவனம் எல்லாக் காரியத்திலும் இருக்க வேண்டும். ஏனெனில் தியானம் செய்வதற்கு இந்த 'ஜஸ்ட் பாஸ்' எல்லாம் போதாது. தங்க மெடல் வாங்க வேண்டும். கீழே உள்ள புள்ளி, பற்றி எரிந்து ஓட்டையாக வேண்டும். 'தீப்பிடிக்க, தீப்பிடிக்க' என்று பெருமையுடன் பாடக்கூடிய தாரணை வேண்டும். அக்கறையோடு ஒரு காரியத்தைச் செய்யும்போதுதான் அந்தக் காரியத்தில் வெற்றி கிடைக்கும். நினைவாற்றலும் கூடும்.

ஒரு காரியத்தில் மனம் ஈடுபடவில்லை. ஆனால் அது முக்கியமான காரியம். அப்படியானால், அதில் மனம் தாரணையோடு இயங்க என்ன செய்ய வேண்டும்? இப்படி ஒரு கேள்வியை கேட்பீர்களேயானால் முன்னேற வேண்டும் என்ற ஆசை உங்களுக்கு வந்துவிட்டது என்று அர்த்தம். அக்கறையில்லாத காரியத்தில் ஆர்வம் வரவேண்டும் என்றால் அதன் முக்கியத்துவம் பற்றித் தெரிந்துகொள்ள வேண்டும். அதை உணர்ச்சிப் பூர்வமாக அணுகவேண்டும். உதாரணமாக, உடல் பயிற்சி செய்வதில் ஆர்வம் வரவில்லை என்று வைத்துக் கொள்வோம். ஆர்வமே இல்லாதபோது மனஒருமைப்பாடு எப்படி வரும்? ஆனால் அதில் உணர்ச்சியைக் கலந்துவிட்டால் எல்லாம் வரும்.

உடற்பயிற்சியில் உணர்ச்சியைக் கலப்பதெப்படி? (உணர்ச்சி என்றால் என்னவென்று கேட்கமாட்டீர்கள் என்று நம்புகிறேன்).

உடல் பயிற்சி செய்து நீளம் தாண்டும் பயிற்சியில் உங்கள் பள்ளி அல்லது கல்லூரியின் ஜெஸ்ஸி ஓவன்ஸ் என்று உங்களுக்கு பட்டம் கொடுப்பதைப்போல, கற்பனை செய்யலாம். அப்போது அந்தக் காரியத்தில் ஓர் உணர்ச்சி கலந்துவிடும். அல்லது உங்கள் உடல் உறுதியாகி, ஆர்னால்டு ஷ்வாஸ்நேகர் மாதிரி ஆகிவிட்ட தாகவும், நீங்கள் விரும்பும் பெண் அதன் பொருட்டு உங்களை விரும்புவது போலவும் கற்பனை செய்யலாம். அப்போது நிச்சயமாக ஆர்வம் வந்துவிடும். செய்ய வேண்டிய காரியத்தில் உணர்ச்சியைக் கலந்து அதைத் தாரணையோடு செய்வது என்றால் இதுதான். (கற்பனை, உணர்ச்சி ஆகியவற்றுக்கும் மன ஒருமைப்பாட்டுக்கும் உள்ள தொடர்பைக் கவனிக்க வேண்டும். எல்லாமே ஒரு நெட்வொர்க் மாதிரித்தான் என்பதைப் புரிந்து கொள்ள வேண்டும்).

ஒரு காரியத்தில் தாரணை கூடக்கூட வெற்றியின் அளவும் கூடிக் கொண்டே போகும். அது படிப்பாக இருந்தாலும் சரி, விளை யாட்டாக இருந்தாலும் சரி, ஆல்ஃபாவாக இருந்தாலும் சரி. தாரணை, ஆல்ஃபா பயிற்சியில் மிக முக்கியமானதாகும். ஏனெனில் கொஞ்ச நேரம் அசையாமல் நேராக உட்கார வேண்டி வரும். அப்போது மனஒருமைப்பாடு இல்லாதவர்களின் உடல் அசைவதற்குண்டான எல்லா வழிகளையும் தேடும். ஆனால் தாரணை பலவீனமாக இருந்தால், ஆசனம் நிலைக்காது. உடல் அசைந்துவிடும். ஆல்ஃபா கெட்டுப்போகும்.

ஒன்றைப் பற்றி நினைக்க ஆரம்பித்தால் மனம் அதிலேயே நிலைத்திருக்க வேண்டும். பல் வலி ஏற்படும்போது, எல்லா நேரத்திலும் பல் வலித்துக் கொண்டே இருப்பதுபோல. அல்லது முதல் கட்டமாக எப்போது, எந்தக் கட்டத்தில் மன ஒருமைப் பாடு குலைகிறது என்று கண்டுபிடிக்க வேண்டும். இப்படிக் குறைகளை அறிந்து கொள்வதே ஒரு முன்னேற்றம்தான். உதாரணமாக, பத்து மூச்சு விடுங்கள் என்று சொன்னால், இது நாலாவது மூச்சா அல்லது ஐந்தாவதா என்று சந்தேகம் வந்தால் தாரணை போய்விட்டதென்று அர்த்தம். மன ஒருமைப்பாடு இருப்பதற்கு மனத்தில் கவலை, குழப்பம், பயம் போன்ற உணர்ச்சிகள் இல்லாமல் அமைதியாக இருக்க வேண்டும். அமைதியான மனத்தில்தான் தாரணை கூடிவரும்.

மனஒருமை ஒரு விஷயத்தில் எந்த அளவுக்கு உள்ளதோ அந்த அளவுக்குத்தான் வெற்றியும் கிடைக்கும். மனஒருமை ஏற்படும் புள்ளி இசையாக, உணவாக, டி.வி.யாக, எழுதுவதாக, படிப்பதாக, தியானமாக எதுவாக வேண்டுமானாலும் இருக்கலாம்.

இந்தத் தாரணை இரண்டு வகைப்பட்டதாக உள்ளது. ஒன்று நமக்கு வருகின்ற, தானாகவே ஏற்படுகின்ற மனஒருமை. இன்னொன்று நாமே ஏற்படுத்திக்கொள்வது. முதலாவது மிருகங்களுடையது. முள்ளுக்காகச் சண்டை போட்டுக்கொள்ளும் இரண்டு நாய்களிடத்தில் போய் நீங்கள் உஸ் உஸ் என்றால் அது உங்களைக் கண்டுகொள்ளவே செய்யாது. காரணம் அவற்றின் மனஒருமை பூராவும் முள்ளிலேயே இருக்கும்.

ஒரு படம் பார்த்துக்கொண்டிருக்கிறீர்கள். வீட்டில் யாருமில்லை. அறை ரொம்பச் சின்னது. திடீரென்று வாசலில் ஒரு சத்தம். திரும்பிப் பார்க்கிறீர்கள். அறைவாசலில் ஒரு அனகோண்டா! எப்படி இருக்கும்? அதேசமயம் மின்தடை ஏற்படுகிறது. இப்போது உங்கள் மனம் படத்தில் இருக்குமா? வாழ்வா சாவா என்ற பிரச்னை வந்த பிறகு படமாவது மண்ணாவது. மனம் மட்டுமல்ல, உடல்கூட அசையாது. முழுமையான மனஒருமை ஏற்படும்.

இது அந்த முள்ளுக்காகச் சண்டை போட்ட நாயின் மன ஒருமையை ஒத்தது. அதாவது நமக்கு எது பிடிக்கிறதோ, அல்லது நம்மை எது பிடிக்கிறதோ அதில் நம் மனம் தானாகவே ஒன்றும். இது மிருக மனஒருமை.

இன்னொன்று நாமாக ஏற்படுத்துகின்ற மனஒருமை. இதுதான் உண்மையான மனஒருமை. மனிதனுக்குப் பொருத்தமானது. அதாவது நாம் செய்ய வேண்டிய காரியத்தில் நமக்கு ஈடுபாடு இருந்தாலும் இல்லாவிட்டாலும் - ஆரம்பத்தில் - வேண்டுமென்றே மனத்தை அங்கேயே வைப்பது. இதைத்தான் மனஒருமை என்று நான் சொல்வேன். ஆல்ஃபாவில் தாரணை அவசியம். எனவே, மனம் ஆல்ஃபா தியானப் பயிற்சியைவிட்டு வெளியே போகாமல் பிடித்திழுத்து அதிலேயே வைக்கவேண்டும். அதுவே ஒரு வெற்றியாகும். அதனால் கிடைக்கக்கூடிய வெற்றி இன்னும் பெரிதாகும்.

மனம் ஒரு புள்ளியில் குவிவதென்பது ஒரு விதத்தில் ஒரு அற்புதம்தான். ஏனென்றால், ஒரு பொருளை நாம் கவனித்துப்

பார்க்கும்போது, அந்தப் பொருளாகவே நாம் மாறிவிடுவோம். என்ன இது வேடிக்கை என்கிறீர்களா? ஒரு புலியைப் பற்றிய சிந்தனையிலேயே இருந்தால் நாம் புலியாகிவிடுவோமா என்று கேட்கிறீர்களா? அப்படியல்ல. எந்தப்பொருளின்மீது நம் கவனம் குவிகிறதோ, அந்தப் பொருளின் தன்மை நமக்குக் கொஞ்சம் கொஞ்சமாக வர ஆரம்பிக்கும். ஒரு விஞ்ஞானியைப்போல சிந்தித்துப் பழகினால், காலம் போகப்போக விஞ்ஞான மனப் பான்மை நிச்சயம் வரும். அதேபோல ஒரு புலியை தியானித்தால் புலியின் அழகோ, வீரமோ, வேகமோ, வெறியோ நமக்கு வரலாம். அதைத்தான் சொன்னேன். (இப்படி வருவதை யெல்லாம் நாம் ஏற்றுக்கொண்டுதான் ஆகவேண்டும் என்ற கட்டாயமில்லை. ஏனெனில் ஒரு சாதகன் யாருக்கும், எதற்கும் அடிமையல்ல. நன்மை தரும் என்று தெரிகின்ற விஷயங்களை மட்டும் அனுமதிக்கலாம்).

தாரணையின் மிகமிக முக்கியமான விஷயம் என்னவெனில், நமது சக்தி என்னவென்று நமக்குத் தெரிய வரும். அது ஆல்ஃபா செய்யும் மாயம்.

9. அசையாதே

உடலை வளர்த்தேன், உயிர் வளர்த்தேனே.
- வள்ளலார்

நாம் என்பது உடலல்ல என்று ஏற்கெனவே சொன்னோம். அது உண்மைதான் என்றாலும் உடலில் இருந்துதான் நாம் தொடங்குகிறோம். ஏனெனில் அடிப்படையில் நாம் ஓர் உடல்தான். எல்லாமே இந்த உடலை வைத்துத்தான். உடல்தான் நமது அஸ்தி வாரம். எனவே, நாம் நமது உடலுக்கு எதிராக இருக்கும்போதெல்லாம் நமக்கு நாமே எதிராக இருக்கிறோம் என்றே பொருள்.

இறைவன் கொடுத்த அற்புதங்களில் ஒன்று இந்த மனித உடல். அதன் ரகசியங்கள் மகத்தானவை. நமது கற்பனைக்கு எட்டாதவை. உடல் என்பது சூக்குமமான முறையில் மனம் தான் என்று ஓஷோ சொன்னதை ஏற்கெனவே பார்த்தோம். உடல் மனத்தைக் கட்டுப்படுத்துகிறது. மனம் உடலைக் கட்டுப்படுத்துகிறது. பசி வந்தால் சாப்பிடுகிறோம். தூக்கம் வந்தால் தூங்குகிறோம். காதல் வந்தால் கவிதை எழுதுகிறோம் அல்லது கட்டிலை

நோக்கிப் போகிறோம். இதெல்லாம் மனம் உடலை கட்டுப் படுத்தும் உதாரணங்கள். முகம் கழுவினால் தூக்கம் கலைகிறது. ஷேவ் பண்ணினால், குளித்தால், டீ குடித்தால் புத்துணர்ச்சி வருகிறது. புது உடை உடுத்தினால், காதலியைப் பார்த்தால் சந்தோஷம் வருகிறது. இதெல்லாம் உடல் மனத்தை கட்டுப் படுத்தும் உதாரணங்கள்.

நம்முடைய வாழ்க்கையில் நாம் வெற்றி அடைவதற்கு இந்த உடல் என்ற அற்புதத்தைப் புரிந்து செயல்பட வேண்டியுள்ளது. எத்தனையோ வழிகளில் நமது உடல் நமக்கு உதவி புரிவதற்குக் காத்திருந்தாலும் குறிப்பாகச் சிலவற்றை மட்டுமே இங்கே நாம் பார்க்கவிருக்கிறோம்.

முதலில் நமது கவனத்துக்கு வருவது உடலின் இருக்கை நிலைகள். ஆசனங்கள். Postures அல்லது attitudes என்று ஆங்கிலத்தில் குறிப்பிடப்படுகின்ற நிலைகள். நமது உடல் எப்படி இருக்கிறது என்பதைப் பொருத்து நம்மைப்பற்றிய உண்மையை அடுத்தவர் தெரிந்துகொள்ள முடியும். கன்னத்தில் கைவைத்துக்கொண்டோ, முழங்காலில் முகம் புதைத்துக் கொண்டோ ஒருவர் அமர்ந்திருந்தால் அவர் கவலையாக, சோகமாக இருக்கிறார் என்று அர்த்தம். ஆட்காட்டி விரலை பொட்டில் வைத்துக் கொண்டு நா.பார்த்தசாரதி அல்லது வைர முத்து மாதிரி 'போஸ்' கொடுத்துக்கொண்டு இருந்தால் அவர் சிந்திக்கிறார் என்று நாம் நினைத்துக்கொள்ள வேண்டும்! இம்மாதிரியான உடல் நிலைகள் நமது மனநிலைகளைக் குறிக்கின்றன.

இதை எதற்காகத் தெரிந்துகொள்ள வேண்டும்? இதுதான் முக்கியமான கேள்வி. எந்த நிலையில் உட்கார்ந்தால் அல்லது நின்றால் எந்த மனநிலை என்று தெரிந்துகொண்டால், அந்த நிலையை மாற்றினால் மனநிலையும் மாறுமல்லவா? ஒரு குறிப்பிட்ட உடல் நிலை உங்களுக்கு எப்போதும் பயத்தையோ குழப்பத்தையோ ஏற்படுத்துமானால் அந்த உடல் நிலையை மாற்றுவதன் மூலம் அந்தக் குழப்பத்தை, பயத்தை விரட்டலாம் அல்லவா? இங்கேதான் ரகசியம் உள்ளது. இவ்வளவு எளிதா என்றால் ஆமாம். இது தெரியாததனால்தான் எவ்வளவோ முயன்ற பிறகும் மாற்ற வேண்டியதை மாற்ற முடியாமல் தவிக்கிறோம் நாம். அப்படியெனில், நமது உடலை கவனிக்க

வேண்டிய, புரிந்துகொள்ள வேண்டிய கட்டாயத்தில் இருக்கி றோம் அல்லவா?

ஒரு குறிப்பிட்ட இருக்கையில் அமர்ந்து குறிப்பிட்ட விஷயம் பற்றிச் சிந்திக்கும் பழக்கத்தை ஏற்படுத்திக் கொண்டோமென் றால் அந்த நிலையில் அமரும்போதெல்லாம் அந்த எண்ணம் வரும். குழப்பம் வரும்போதெல்லாம் தலையைச் சொரியும் பழக்கமிருந்தால், தெளிவான சிந்தனை வரும்போது தலையைச் சொரிந்தால் அந்தத் தெளிவிலும் குழப்பம் வந்துவிடும்.

உடலின் அசைவுகளைக் கட்டுப்பாட்டுக்குள் கொண்டுவந்தால் உணர்ச்சிகள் கட்டுப்பாட்டுக்குள் வரும். ஒரு சின்ன தேவை யில்லாத அசைவு நம்மிடம் இருக்குமானால் அந்த அளவுக்கு நம்மிடம் பைத்தியக்காரத்தனம் உள்ளது என்றுதான் பொருள். போகிறபோக்கில் ஒரு தூணை சும்மா தட்டிவிட்டுப் போகி றோம் என்றால், அந்த அளவுக்கு மனத்தில் சமநிலை கொஞ்சம் தவறிவிடுகிறது என்றுதான் பொருள். அந்தத் தூணை வாங்கப் போகும் ஆளாக இருந்தால், தட்டிப்பார்ப்பதில் ஓர் அர்த்தம் உள்ளது. இல்லையெனில் ஏன் செய்ய வேண்டும்?

இந்தக் கேள்விக்கு 'சும்மா' என்று நாம் பதில்சொல்வோமென்றால் சக்தியை விரயம் செய்கிறோம் என்று பொருள். ஒரு சுண்டு விரலை அசைத்தால்கூட அதற்குத் தகுந்தவாறு அண்ட சராசரம் முழுவதும் அசைகிறது என்று ஞானிகள் சொல்கிறார்கள்! நம்முடைய ஒவ்வோர் அசைவும் அவ்வளவு அர்த்தமும் சக்தியும் பொதிந்ததாக உள்ளது. எனவே, நமது உடல் அசைவுகளைப் பற்றி நாம் மிகவும் கவனமாக இருக்க வேண்டியது அவசியமாகிறது.

ஒவ்வோர் அசைவும் என்ன அர்த்தம் கொள்கிறது என்று தெரிந்து கொண்டே போவதைவிட, நம் மன அமைதிக்கு, வெற்றிக்கு எந்த இருக்கை நிலை தேவையோ அதை நன்கு தெரிந்து கொண்டு அதை நமது பழக்கமாகக் குறைந்தபட்சம் தேவைப் படும்போதெல்லாம் கொண்டுவருவது எளிது. அது என்ன இருக்கை? அப்படி ஓர் இருக்கை இருக்கிறதா என்ன? இருக்கிறது. அதுதான் நேராக அமர்வது. அதாவது நமது தலை, முதுகுத்தண்டு முதலியவை நேராக இருக்குமாறு அமர்வது. எப்போதெல்லாம் இப்படி அமர வேண்டும்? ஆல்ஃபாவின் போதும், மூச்சுப் பயிற்சியின் போதும், எந்தத் தியானம் செய்யும் போதும், சிந்திக்கும்போதும்.

சிந்திக்கும்போதா என்று ஆச்சரியப்பட வேண்டாம். ஏனெனில் மனித முயற்சிகளிலேயே மிகச்சிறந்தது சிந்திப்பதுதான். அதை இறைவணக்கம் என்றுகூடச் சொல்லலாம். சிந்திப்பதென்பது, நிச்சயமாகச் சக்தியைப் பயன்படுத்துகின்ற காரியமாகும். எனவே, குறிப்பிட்ட முறைப்படி நம் சிந்தனையை அதற்குரிய மரியாதையோடுதான் பயன்படுத்தவேண்டும். அந்த மரியாதை தான், நேராக அமர்வது.

மனிதன் மனிதனாக இருப்பதற்குக் காரணமே அவன் முதுகெலும்பு நேராக இருப்பதுதான் என்று சொல்கிறார்கள். மிருகங்களுடைய முதுகெலும்பு பூமிக்கு இணையான நேர்க்கோட்டில் உள்ளது. மனிதனுடையது மட்டுமே அப்படி இல்லாமல் தொண்ணூறு டிகிரி கோணத்தில் செங்குத்தாக உள்ளது. இது மனித இனத்தையே மாற்றி விட்டது. மனிதமனம் வளர்ச்சியடையக் கூடிய சாத்தியக் கூறு இதனால் ஏற்பட்டுவிட்டது என்றே கூறவேண்டும். ஏனெனில் மனிதன் நிமிர்ந்து நிற்கையில் நுட்பமான அவனது திசுக்கள் நன்றாகச் செயல்படுகின்றன.

விஞ்ஞான அடிப்படையில் மனிதன் ஒரு முதுகெலும்பாகவே இருக்கிறான் என்றுதான் கூறவேண்டும். ஏனெனில் முது கெலும்பு மிகமுக்கியமானதாகும். அதன் ஒருமுனை பாலுணர் வாகவும் மறுமுனை மூளையாகவும், மனமாகவும் உள்ளது. இரண்டையும் இணைக்கும் பாலமாக முதுகெலும்பு உள்ளது. முதுகெலும்பு எவ்வளவுக்கெவ்வளவு நேராக இருக்கிறதோ அவ்வளவுக்கவ்வளவு உங்களுடைய புத்திசாலித்தனம், விழிப் புணர்வு, தெளிவு ஆகியவை வளர வாய்ப்பாக இருக்கும்.

மனம் ஒருமிக்கும்போது, தானாகவே உடல் நேராக நிமிர ஆரம்பிக்கும். ஒரு திரைப்படம் பார்த்துக்கொண்டிருக்கும்போது, உங்களுக்குப் பிடித்த காட்சி வரும்போது அதுவரை சாய்ந்து கொண்டிருந்த நீங்கள், நாற்காலியில் நேராக உட்காருவீர்கள் அல்லவா? நேராக அமர்வது முறையானதும் சரியானதும் ஆகும். அதனால் ஏற்படும் பலன்களை நீங்களே அனுபவித்துப் பார்த்துப் புரிந்துகொள்ளுங்கள்.

நம்முடைய உடலோடு நாம் பொதுவாகத் தொடர்பு இல்லாதவர் களாக, அதைப்பற்றி தெரிந்துகொள்ளாதவர்களாக, பிணம் போல வெறும் உடலைச் சுமந்தவர்களாகவே பெரும்பாலும் உள்ளோம். இது வெற்றிக்கும் இயற்கைக்கும் எதிரானது. நம்

உடலுடன் நாம் தொடர்பு கொள்ளவேண்டும். உணர்ச்சிபூர்வமாக அதனுடன் ஆழமான உறவு வைத்துக்கொள்ள வேண்டும்.

பொதுவாகவே நம் உடல் பற்றிய கவனமும் அக்கறையும் நமக்கு நோய்வாய்ப்படும்போதுதான் வருகிறது. ஒரு தலைவலி வரும்போதுதான், நாம் தலையோடு தொடர்பு கொள்கிறோம். ஏதாவது தவறாகப் போகும்போதுதான், அதைப்பற்றி அக்கறை கொள்ள ஆரம்பிக்கிறோம். ஆனால் உண்மையில் ஆரோக்கியமாக இருக்கும்போதுதான், நாம் நம் உடலுடன் தொடர்பு கொள்ள வேண்டும். தலைவலி வரும் போது, உண்மையில் நாம் தலையோடு தொடர்பு கொள்வ தில்லை. தலைவலியோடுதான் தொடர்பு கொள்கிறோம். இது எதிர்மறையானது. நாம் எப்போதும் ஆரோக்கியத்தையே எதிர்கொள்ள வேண்டும்.

ரஷ்யாவில் ஓர் ஆராய்ச்சி செய்தார்கள். அதன்படி அவர்கள் கண்டுபிடித்தது இதுதான். அதாவது நம்முடைய உடலானது நமக்கு வரப்போகிற நோயைப் பற்றி ஆறு மாதத்துக்கு முன்பாகவே சொல்லிவிடுகிறது! 2007- ல் ஒரு நோய் நமக்கு வரப்போகிறதென்றால் 2006-ன் மத்தியிலேயே அதற்கான அறிகுறிகளை உடல் காட்டிவிடுகிறதாம்.

ஆனால் நாம்தான் அதைப் புரிந்துகொள்ளாமல் அலட்சியப் படுத்திவிட்டு நோய் வந்த பிறகு, டாக்டர் சொன்னபிறகு, இப்படி எத்தனையோ 'பிறகு'களுக்குப் பிறகு அதைப்பற்றித் தெரிய வந்து கஷ்டப்படுகிறோம்.

கிர்லியன் என்பவர் இதற்கான ஒரு சிறப்புக் கேமராவையும் கண்டுபிடித்தார். அதன் உதவியைக்கொண்டு நோய்வருவதற்கு ஆறுமாதங்களுக்கு முன்பே நோயைக்கண்டு பிடித்தார்கள். அந்த கேமராவைக் கொண்டு எடுக்கப்பட்ட படங்கள், நோய்க்கான அறிகுறிகளை ஒளிவடிவத்தில் வெளிப்படுத்தி யது. நல்ல ஆரோக்கியமாக இருக்கும் ஒருவருக்கு ஆறுமாதம் கழித்து கேன்ஸர் வரப்போகிறதென்றால் அவரை இந்த கேமராவைக் கொண்டு படம் எடுத்தால் அந்தப் படத்தில் கேன்ஸர் அறிகுறிகளும் இருக்கும்! ஆரோக்கியமாகத் தோன்று கின்ற ஒருவரின் படத்தில்! கிர்லியன் ஃபோட்டாகிராஃபி கண்டுபிடித்தது உடலின் நுட்பமான பேச்சையல்லவா?!

அதைக்கொண்டு நோய் வருவதற்கு முன்பே, நோய் தீவிர மடைவதற்கு முன்பே வைத்தியம் செய்து குணப்படுத்தி விடலாம்.

இங்கே முக்கியமான விஷயம் அந்த கேமரா அல்ல, நமது உடல்தான். அது நம்மிடம் பேசிக்கொண்டே இருக்கிறது. நாம்தான் அதைக்கண்டுகொள்வதே இல்லை. இனியாவது உடலின் பேச்சைக்கேட்க பழகிக்கொள்ள வேண்டும். அதற்கு உடலோடு தொடர்பு கொள்ளவேண்டியது அவசியம். அடுத்தவர் உடலோடு அல்ல. நம்முடைய உடலோடுதான். உடல் விஷயத்தில் விழிப்புணர்வு உள்ளவர்களாக முதலில் நாம் மாறவேண்டும்.

நமக்குத் தெரிந்த ஒரு சின்ன உதாரணம். திடீரென்று சாப்பிடும் பொருளின் ஒன்றின்மீது புதிதாக நமக்கு ஆசைவருகிறதென்றால் என்ன அர்த்தம்? அந்தப் பதார்த்தத்தில் உள்ள சத்து நமக்குக் குறைவாக உள்ளது, அது நமக்குத் தேவைப்படுகிறது என்று பொருள். உடலில் எங்கோ இறைவன் இப்படிப்பட்ட ஒரு sensor-ஐ வைத்திருக்கிறான்.

சின்னகுழந்தகள் சாக்பீஸ் சாப்பிடுவதையும், சுவரைச் சுரண்டி சாப்பிடுவதையும் பார்த்திருக்கிறோம். அவை ஏன் அப்படிச் செய்கின்றன? கால்சியம் சத்து குறைந்துள்ளது. அந்தச் சத்து அதிகமாக உள்ளவற்றைச் சாப்பிடச் சொல்லி உடல் தூண்டுகிறது என்று அர்த்தம். கால்சியம் அதிகம் உள்ள உணவைக் குறிப்பிட்ட காலம்வரை கொடுத்தவுடன் சாக்பீஸ் சாப்பிடுவது தானாகவே நின்றுவிடும்.

நம்முடைய உடலின் உறுப்புகளிலேயே அதிகமாக உழைப்பு கண்களுக்குத்தான் இருக்கிறது. கண்ணின் சக்தியே தனிதான். கண்ணுக்கு ஒரு வசீகர சக்தி உள்ளது. சீட்டா போன்ற மிருகங்கள் தன் உணவை உண்ணுமுன் அதை உருக்கிப் பார்க்கும். எதிரே நிற்கும் உணவான முயலோ மானோ அப்படியே வசியப்படுத்தப் பட்ட மாதிரி, அசைவற்ற நிலைக்குத் தள்ளப்படும். அதன்பின் சீட்டா என்ன செய்யும் என்று சொல்லவேண்டியதில்லை. இது மனிதனுக்கும் ரொம்பவே பொருந்தும்.

உதாரணமாக நாம் மற்ற அவயவங்களைப் பயன்படுத்த வேண்டிய கட்டங்களில்கூட கண்ணையே பயன்படுத்துகிறோம்.

உதாரணமாக, ஒரு சத்தம் கேட்டால் உடனே திரும்பிப் பார்ப் போம். ஏன்? சத்தம் என்பது காதுசம்பந்தப்பட்டதுதானே? சாப்பிடும்போது வாயால் மட்டும்தான் சாப்பிடுகிறோம் என்று தவறாக எண்ணிக்கொண்டிருக்கிறோம். கண்ணாலும் மூக்காலும்தான் சாப்பிடுகிறோம். விதவிதமான சாப்பாட்டு அய்ட்டங்களை நாம் முகர்ந்து பார்ப்பதில்லையா? அப்போது மூக்கால் சாப்பிடுகிறோம்.

கண்ணையும் மூக்கையும் பொத்திக்கொண்டுவிட்ட பிறகு, யாராவது ஓர் ஆப்பிளையோ வெங்காயத்தையோ தின்னக் கொடுத்தால் அது ஆப்பிளா வெங்காயமா என்று நம்மால் நிச்சயமாகச் சொல்ல முடியாது. காரணம் சுவை என்பது ஐம்பது சதவிகிதம் மூக்கைச் சார்ந்துள்ளது. திடீரென்று கரண்ட் போய்விட்டால் சாப்பிடவே மனமில்லாமல் போவது ஏன்? காரணம், கண்ணுக்குத் தெரிய வேண்டும். நாம் கண்ணாலும் தான் சாப்பிடுகிறோம்.

நம் உடம்பின் அமைப்பைக் கூர்ந்து கவனித்துப் பார்த்தால், ஒரு முக்கியமான உண்மை புரியும். நாம் இடம் கொடுத்தால் ஒழிய எந்த நோயும் நிற்காது என்ற உண்மைதான் அது. ஒரு நோய் வந்தால் அதைத் தீர்ப்பதற்கு இரண்டு வழிகள் உள்ளன. ஒன்று மருத்துவரைப் பார்ப்பது. அது அல்லோபதி, ஹோமியோ, சித்தா, யூனானி என்று எதுவாக வேண்டுமானாலும் இருக்கலாம். இது உலகத்தின் வழி.

இன்னொரு எளிய வழி உள்ளது. ஆனால் இந்த வழிக்கு இந்த உலகம் இன்னும் பழக்கமாகவில்லை. இதன் காரணமாகவே நான் இப்போது உடல் பற்றிச் சொல்லப்போகும் ஓர் உண்மையை ஜீரணித்துக்கொள்வீர்களா என்று தெரியவில்லை. ஆனால் நீங்கள் ஒப்புக்கொண்டாலும் ஒப்புக்கொள்ளாவிட் டாலும் உண்மை உண்மைதானே? சரி, இப்போது விஷயத்துக்கு வருகிறேன்.

அதாவது ஒரு நோயை வைத்துக்கொண்டு அது இல்லாதமாதிரி நடந்துகொண்டால் - நடித்தால் அல்ல - அந்த நோய் இல்லா மல் போகும் அல்லது கணிசமாக அதன் தாக்கம் குறைந்து போகும். இதற்கு 'மறக்கின்ற ஞானம்' என்று பெயர். ஒரு நோயால் நாம் பாதிக்கப்படும்போது, அது இல்லாமல் ஆரோக்கியமாக நாம் இருந்தால் என்ன செய்வோமோ

அதையே செய்ய வேண்டும். அதுவும் நல்ல தாரணையுடன். இப்படிச் செய்தால் அந்த நோய் இல்லாமல் போவதை நீங்களே பார்க்கலாம். மனஒருமை அல்லது தாரணை பற்றி ஏற்கெனவே பார்த்தோம்.

நாம் பாதிக்கப்படும்போது, ஆரோக்கியமாக நாம் இருந்தால் என்ன செய்வோமோ அதையே மனஒருமையோடு செய்ய வேண்டும் என்று சொன்னேன். ஓர் உதாரணம் தருகிறேன். இது என் வாழ்க்கையில் எனக்கே நடந்தது.

நான் பி.எச்.டி.க்காகப் படித்துக் கொண்டிருந்தபோது, ஒருநாள் இரவு திடீரென்று படித்துக்கொண்டிருந்த புத்தகத்தின் எழுத்துக்கள் தெளிவாகத் தெரியவில்லை. கண்ணுக்குள் தண்ணீர் புகுந்துகொண்டால் எழுத்துக்கள் எப்படித் தெரியுமோ அந்த மாதிரி கலங்கலாகத் தெரிந்தது. கண்ணைக் கசக்கி விட்டுக்கொண்டு மறுபடியும் பார்த்தேன். எத்தனைமுறை முயன்றாலும் அதேதான். கண்ணில் ஏதோ பிரச்னை என்பது தெளிவாகிவிட்டது. எல்லாமே இரண்டிரண்டாகத் தெரிந்தது. இரண்டு டிவிப்பெட்டிகள். இரண்டு வீடுகள். (இரண்டுமே பெரிய வீடுகள்)!

எனக்குத் தெரிந்த ஒரு டாக்டரின் உதவியுடன் வேலூரில் உள்ள 'பாபுலர் ஐ க்ளினிக்'கில் காட்டினேன். அங்கே ரொம்ப வேகமாகப் பரிசோதித்துவிட்டு, கண்ணின் 'ரெடினா'வில் தண்ணீர் கட்டிக்கொண்டுள்ளது. ரத்தப் பரிசோதனையெல்லாம் எடுத்த பிறகுதான் எந்த முடிவுக்கும் வரமுடியும் என்று சொல்லி விட்டார்கள். என் கண் நோய்க்கு அவர்கள் வைத்த பெயர் Central Serous Retinopathy.

பெயர் அழகாக இருந்தாலும் எனக்கு அவர்கள் வேகமாகப் பரிசோதித்த விதத்தில் நம்பிக்கை இல்லாமல் மறுபடி சென்னை சைதாப்பேட்டையில் உள்ள 'ப்ரேம்ஸ் ஐ கிளினிக்'கில் காட்டினேன். அவர்கள் பொறுமையாக ஒரு நாள் முழுதும் பரிசோதித்துவிட்டு, வேலூரில் சொன்னது சரிதான். அதோடு, தண்ணீராக இருந்தது, இப்போது கொப்பளம் கொப்பளமாக மாறிவிட்டது. அதை அப்படியே விட்டால் அது நிரந்தரமான வடுவாகிவிடும். பின் அந்த இடத்தில் மட்டும் கண்பார்வை பாதிக்கப்படும். அது அடுத்த கண்ணையும் பாதிக்கலாம். இதுதான் அவர்கள் முடிவாகச் சொன்னது. அடுத்து என்ன செய்ய வேண்டும் என்று கேட்டேன்.

'நாளைக்காலை வாருங்கள். ஒரு 'டை'யை 'இன்ஜெக்ட்' செய்து பார்த்தால் கண்ணில் எந்த அளவுக்குப் பாதிப்பு ஏற்பட்டுள்ளது என்று தெரியும். பிறகு பலமான மாத்திரைகள் கொடுத்து குணப்படுத்துவதா அல்லது லேசர் ஆபரேஷன் செய்வதா என்று முடிவெடுக்கலாம்' என்றார் டாக்டர். அதன் பிறகு நான் வெற்றியின் ரகசியங்களை எல்லாம் எனக்குச் சொல்லிக்கொடுத்த என் குருவிடம் போய் எல்லாவற்றையும் சொல்லி என்ன செய்வதென்று கேட்டேன். அவர் கற்றுக்கொடுத்ததுதான் 'மறக்கின்ற ஞானம்' என்ற விஷயமும்.

அதன்படி நான் என்ன செய்ய வேண்டும் என்று அவர் சொன்னார். கண் நோயால் பாதிக்கப்படாமல் நான் இருந்தால் என்ன செய்வேன் என்று கேட்டார். 'நிறைய டி.வி. பார்ப்பேன், எழுதுவேன், படிப்பேன்' என்றேன். 'அதையெல்லாம் இப்போது இந்த நோயை வைத்துக்கொண்டே செய்' என்றார்.

பொதுவாகக் கண் நோயால் பாதிக்கப்படுவர்களுக்கு மருத்துவர்கள் சொல்லும் முதல் அறிவுரை கண்ணுக்கு ஓய்வு கொடுக்க வேண்டும் என்பதுதான். அந்த நேரத்தில் படிப்பது, டி.வி. பார்ப்பது எல்லாம் நோயை வளர்க்கின்ற செயல்பாடுகள் என்பதுதான் மருத்துவத்துறையின் நிலைப்பாடு.

ஆனால் நான் முழு நம்பிக்கை வைத்து செயல்பட்டேன். ஒன்றரை மாதத்துக்கும் மேலாக நிறைய டி.வி.பார்த்தேன். இரவு இரண்டு வரை. அதுவும் வேண்டுமென்றே கிட்ட உட்கார்ந்து. நிறைய எழுதினேன். நிறையப் படித்தேன். ஒன்றரை மாதம்வரை எந்த முன்னேற்றமும் ஏற்படவில்லை. நோய் அதிகமாகவும் இல்லை. அதன்பிறகு ஒரு நாள் நான் கண் விழித்தபோது, எல்லாம் 'நார்ம'லாகத் தெரிந்தது. எப்போதும் போல. இன்றுவரை எந்தப் பிரச்னையும் இல்லை. இருக்கப் போவதும் இல்லை.

இங்கே நாம் முக்கியமாகக் கவனிக்க வேண்டியது முழு நம்பிக்கை, நோயை மறந்ததற்கு அடையாளமாக நாம் நடந்து கொண்ட விதம் இவைதான். மூக்கு ஒழுகிக்கொண்டிருப்பவன் தியேட்டருக்குள் குஷியாகப் படம் பார்த்துக்கொண்டிருக்கும் போது, மூக்கு ஒழுகுவது நின்றுவிடுகிறது. ஏன்? அவன் அந்த விஷயத்தையே மறந்துவிட்டதுதான். காய்ச்சலடிக்கும்போது, குளிர்ந்த நீரில் குளிக்க வேண்டும் என்று காந்தி சொன்னதற்கும்

காரணம் இதுதான். அதாவது காய்ச்சல் இல்லாவிட்டால் நாம் எப்படி நடந்து கொள்வோமோ அப்படி நடந்து கொள்ளுங்கள் என்று அவர் சொல்லியிருக்கிறார்.

மருத்துவத்துறை சேர்த்து வைத்திருக்கும் அறிவைக் குறை சொல்வதோ அது தவறு என்று சொல்வதோ இங்கே நோக்க மல்ல. அது ஒருமுறை. அவ்வளவுதான். நோயை வெற்றி கொள்கின்ற அருமருந்தாக உடம்பே இருக்கிறது என்பதைப் புரிந்துகொண்டு நடக்கின்ற இன்னொரு முறை இது. அவ்வளவு தான். இதன் மூலமாக நம்மை கடவுள் எவ்வளவு அற்புதமாகப் படைத்திருக்கிறார் என்ற நன்றியுணர்ச்சியும் ஏற்படும்.

இப்படிப் புரிந்துகொண்ட ஒருவன் சளி, காய்ச்சல், போன்ற உபாதைகளுக்காக ஊசி போட்டுக் கொள்வதற்காக டோக்கன் வாங்கிக்கொண்டு மருத்துவமனைகளில் காத்திருப்பான் என்று நினைக்கிறீர்களா? நிச்சயமாக இல்லை. எல்லோரும் சாகத்தான் போகிறோம். அது இயற்கையாக இருக்கட்டுமே. எதற்கு இன்னொருவருடைய அறிவை அடிப்படியாக வைத்து கஷ்டப்பட்டு, அதற்காக அவருக்கு காசும் கொடுத்துவிட்டு சாகவேண்டும்?

உடலின் மொழி ரொம்ப அற்புதமானது. நோயை வெற்றி கொள்கின்ற எல்லா மருந்துகளையும் அது தன்னுள்ளே வைத்துள்ளது. அதை நம்புங்கள். அதனால்தான் தீபக் சோப்ரா போன்ற உலகப்புகழ் பெற்ற மருத்துவர்கள் நாம் சாப்பிடுகின்ற ஒவ்வொரு மாத்திரையும் - அது 'வேலியம் ஃபைவ்' ஆக இருந்தாலும் சரி - நம் உடலுக்குள் செல்கின்ற ஓர் அந்நியன் என்று சொல்கிறார்.

மாத்திரைகள் சாப்பிடுவதனால் குணம் ஏற்படுவதில்லை. நம் உடம்புக்குள்ளேயே இருக்கின்ற குணப்படுத்துகின்ற விஷயங் களை - curative forces - அது போய்த்தூண்டிவிடுகிறது அவ்வளவு தான். மாத்திரைச் சாப்பிடாவிட்டால் நாம் இயற்கையாகவே தூண்டப்படுவோம். என்ன கொஞ்சம் தாமதமாகும். மாத் திரைக்கு அடிமையாக நாம் இதுவரை ஆகிவிட்டதனால்.

மருந்துகளுக்குச் சக்தி இல்லை என்று சொல்லவரவில்லை. உண்டு. இல்லாவிட்டால் 'சைடுஎஃபக்ட்ஸ்' எல்லாம் ஏற்படுமா என்ன? ஆனால் எந்த அளவுக்கு மருந்தைக் குறைக்கிறோமோ அந்த அளவுக்கு மருந்தின்றி நோய் குணமாகும் தகுதியும் வளரும்.

கையை ஒருபக்கமாக வைப்பதால் வலி ஏற்படுகிறது என்று சொன்னால் அந்தக் கை அதுவாகவே அந்தப்பக்கம் வைக்கப்படு வதைத் தவிர்த்துக்கொள்ளும். அப்படியே வலிக்கும் பக்கம் அந்தக் கையை வைத்துத்தான் ஆகவேண்டிய கட்டாயம் இருக்கிறதென்றால், வலிக்கக்கூடாது என்று உங்கள் ஆழ் மனத்துக்குக் கட்டளை கொடுத்துவிடுங்கள். பிறகு பாருங்கள், வலி எப்படி பறக்கிறதென்று.

ஆரோக்கியம் என்பது நமது இயற்கை. நோய் என்பது இயற்கையின் மீதான ஒரு வன்முறை. அதனால்தான் நாம் நோயினால் அவ்வப்போது பாதிக்கப்படுகிறோம். மற்ற நேரங்களில் ஆரோக்கியமாகத்தான் இருக்கிறோம். ஆனால் ஒரு சின்ன தலைவலி வந்தவுடன் நாம் எவ்வளவு கூத்தடிக் கிறோம்? ஆரோக்கியத்தைப் பற்றிக் கவலைப்படுவது ஆரோக்கியத்துக்கு எதிரானது. அதை மறந்து, அது நன்றாகத் தான் இருக்கும் என்ற நம்பிக்கையில் இருப்பதுதான் ஆரோக் கிய மனநிலை. இது ஈரம், இது சூடு என்று ஒவ்வொன்றையும் பற்றித் துருவித்துருவி ஆராய்ந்து கொண்டிருக்காமல் சாப்பிடுவதுதான் சிறந்த வழி. ஆரோக்கியம் என்பது ஒரு மனநிலை. நோய் என்பது ஆரோக்கியத்துக்கு நேர் எதிரான மனநிலை.

இந்தப் பொருள் சாப்பிட்டால் நமக்கு ஒத்துக்கொள்ளாது என்று நினைப்பீர்களேயானால் அது நல்ல பொருளாக இருந்தாலும் அது நிச்சயமாக ஒவ்வாமையை ஏற்படுத்தும். நீங்கள் சாப்பிட வேண்டாம் என்று நினைக்கின்ற பொருளை சாப்பிட வேண்டாம். ஆனால் சாப்பிடுகின்ற பொருள்களைப் பொறுத்த வரையிலாவது சிந்தித்துக் கொண்டே இராமல் நம்பிக்கையுடன் சாப்பிடுங்கள் என்று சொல்கிறேன்.

ஒருவன் ஒரு நாள் நெற்றியில் ஒரு ஈரத்துண்டைப் போட்டுக் கொண்டு சென்றானாம். அதைப்பார்த்த ஒரு ஞானி, 'எதற்கு இப்படிப்போட்டிருக்கிறாய்?' என்று கேட்டாராம். 'தலைவலி யாக உள்ளது அதனால்தான்' என்றானாம். 'உன் வயது என்ன' என்று ஞானி கேட்க, 'முப்பது' என்று அவன் சொன்னானாம். 'முப்பது வருடங்களாக உனக்குத் தலைவலியா?' என்றதற்கு, 'இல்லை, இப்போதுதான்' என்றானாம். இவ்வளவு காலமாக கடவுள் அருளால் நீ ஆரோக்கியமாக இருந்துள்ளாய் ஆனால் அதை நீ பறைசாற்றவில்லையே? ஒரு தலைவலி வந்தவுடன்

அதை இப்படி விளம்பரப்படுத்துகிறாயே, எவ்வளவு நன்றி கெட்டவன் நீ? என்றாராம்.

உண்மை. ராமக்ருஷ்ண பரம்ஹம்சர் தொண்டை கேன்சரினால் அவதிப்பட்டபோது, அதற்காக வேண்டிக்கொள்ளக்கூடாதா என்று கேட்டதற்கு, 'இவ்வளவு காலமாகத் தாய் கொடுத்த பரிசுகளை, கௌரவங்களையெல்லாம் வாங்கிக்கொண்டேன். இப்போது நோயைக்கொடுத்துள்ளாள். இதை மட்டும் எப்படி மறுப்பது?' என்றார். நபிகள் நாயகத்தின் உற்ற தோழர் அபூ பக்கருக்கு நோய் வந்தபோது, மருத்துவரிடம் காட்டக்கூடாதா என்று கேட்டதற்கு, 'இந்த நோயை அனுப்பியதே மருத்துவன் தானே' என்றார்.

நாம் அந்த அளவுக்குப் பொறுத்துப் போகவேண்டும் என்று சொல்லவில்லை. உடல் மொழியைப் புரிந்துகொண்டு, இறைக்கருணைக்குப் பாத்திரமானவர்களாக, நமது நோயை தீர்க்கும் வேலையையும் அந்த உடலிடமே ஒப்படைக்கலாமே என்கிறேன். அப்போலோ மருத்துவமனையின் ஆண்டனியும், ப்ரூக்ளின் மருத்துவ மனையின் புரூஸ் வில்லிஸும் எனக்கு மிகவும் வேண்டியவர், எங்கள் குடும்ப நண்பர் என்று பெருமை அடித்துக்கொள்வதைவிட நோய்வரும்போது அதை நாமே தீர்த்துக்கொள்ளக்கூடிய வழியையும் இறைவன் கொடுத் துள்ளதைப் புரிந்துகொண்டு, அதை முயன்றால் அத்தகைய வாழ்வுதான் எத்தகைய வெற்றிகரமானது?

மருத்துவமனைகளுக்குத் தினமும் படையெடுக்கும் கூட்டத்தைப் பார்த்து மனம் வெதும்பி இந்த உண்மையைச் சொல்கிறேன். சின்னச் சின்ன சளி, காய்ச்சல் போன்ற விஷயங் களிலாவது நான் சொல்வதை முயன்று பாருங்களேன்.

அதிகமாகச் சாப்பிட்டுவிட்டாலோ, கெட்டுப்போன உணவைச் சாப்பிட்டுவிட்டாலோ உடனே வாந்தி வந்து நமக்கு எச்சரிக்கை கொடுத்துவிடுகிறது. ஒவ்வொரு நோயும் நாம் செய்த தவறைப் பற்றிய எச்சரிக்கை என்பதை நாம் ஏன் புரிந்துகொள்வதில்லை? நமது உடலை நாம் அலட்சியப்படுத்துகிறோம்.

நமது நோக்கத்துக்குத் தகுந்தவாறு உடல் உறுப்புக்கள் மாறு கின்ற தன்மைகொண்டவை. கண்ணாடியின்றி படிக்க முடியும் என்று நம்பினால் நிச்சயமாக முடியும். அதைவிட்டுவிட்டு,

கண்ணாடிமீது நம்பிக்கை வைக்க ஆரம்பித்தால் கண்ணாடியின்றி வாழவே முடியாமல் போய்விடும்.

இந்த ரீதியில் பரம்பரை நோய்களைக்கூட நமக்கு வராமல் தடுக்க முடியும். பரம்பரை நோய் என்பது வந்துதான் தீரும் என்ற நமது நம்பிக்கையினால்தான் அந்த நோயினால் அவதிப்பட்ட நம் முன்னோர்கள் சாப்பிட்ட மாதிரியான உணவுப் பழக்க வழக்கங்கள், முறைகள் நம்மையறியாமல் ஏற்பட்டு அந்த நோய் நம்மையும் தாக்க வைக்கிறது.

அதை விடுத்து, நம்பிக்கையுடன் நாம் விலகி இருந்தோமென் றால் தீவிரமான இந்த எதிர் நம்பிக்கையின் காரணமாக, நம்முடைய எண்ண ஓட்டம், சாப்பாடு, சாப்பிடும் முறை எல்லாம் மாறி அந்த நோய் வராமல் தடுக்கும். நம்புவதன் விளைவு இது. துப்பாக்கியால் சுடுவதும் பீரங்கியால் சுடுவதும் ஒன்றுதான். ஆனால் புறப்படுகின்ற இடத்தைப் பொருத்து வீச்சும் வேகமும் விளைவும் மாறுபடும் அல்லவா? நம்பிக்கை யினால் உங்கள் உடல் நிகழ்த்துகின்ற அற்புதங்கள் உங்கள் கையில்தான் உள்ளது.

உடல் புனிதமானது என்பதை நாம் மறந்துவிடுகிறோம். மிகவும் சூட்சுமமாக இயங்குகின்ற இந்த உடலின் ரகசியங்களில் ஒரு சதவிகிதம்கூட முழுமையாகப் புரிந்துகொள்வதற்கு நமக்கு வாழ்நாள் போதாது. நாம் கற்பனையே செய்ய முடியாத அளவுக்கு அறிவு நிரம்பியதாக உள்ளது நமது உடம்பு. அதன் பேச்சை நாம் கேட்பதே இல்லை. ஆனால் வெற்றி வேண்டும் என்று விரும்புபவர்கள், உடலின் மொழியை அலட்சியப் படுத்தவே கூடாது.

கடைசியாகச் சில வார்த்தைகள். உடலை நாம் பெரும்பாலான நேரங்களில் அசைத்துக்கொண்டே இருக்கிறோம். தூங்கும் போதும் திரும்பித் திரும்பிப் படுத்துக் கொள்கிறோம். சில பேர் காலை ஆட்டிக் கொண்டே தூங்குவார்கள். சிலர் உட்கார்ந்து பேசும்போது தொடைகளை ஆட்டிக் கொண்டே இருப்பார்கள். இப்படி உதாரணங்களை சொல்லிக்கொண்டே போகலாம். ஆனால் நாம் சுண்டு விரலை அசைத்தால்கூட அண்ட சாரசரமும் அதற்கேற்ற விகிதாச்சாரத்தில் அசையும் என்று ஞானிகள் சொன்னதை ஏற்கெனவே பார்த்தோம். அதுமட்டுமல்ல. நம்

முடைய சக்திகள் யாவும் நமது அசைவுகளால், பேச்சால் வெளியே போய்க்கொண்டே இருக்கிறது. உண்மையறிந்தவர்கள், உடலை தேவையில்லாமல் அசைக்க மாட்டார்கள்.

இயேசு கிறிஸ்து தொடர்பான ஓர் ஆங்கிலத் திரைப்படம். பெயர் ஞாபகமில்லை. அதில் ஒரு மண்டபத்தில் ஒரு பைத்தியக்காரன் கையில் ஒரு கத்தியுடன் நுழைந்து அங்குமிங்கும் ஓடிவருவான். அவனைப் பார்த்து மக்கள் கன்னாபின்னாவென வெருண்டோடுவார்கள். அங்கே இயேசு நின்று கொண்டிருப்பார். அவர் ஒரு கையை மட்டும் மெல்லத் தூக்கி அவனை அழைப்பார். வாயால் எதுவும் சொல்ல மாட்டார். கையை மட்டும்தான் இங்கே வா என்று 'ஸ்லோ மோஷன்' மாதிரி காட்டுவார். மகுடிக்குக் கட்டுப்பட்ட பாம்பைப்போல அவன் அவரருகில் வருவான். எங்கே அந்தப் பைத்தியம் அவரைக் கத்தியால் குத்திவிடுமோ என்ற பயத்தில் அல்லது ஆர்வத்தில் மக்கள் அதையே கவனித்துக் கொண்டிருப்பார்கள். பைத்தியம் பக்கத்தில் வந்தவுடன் இயேசு தன் கையை மெல்லத் தூக்கி அவன் தலையில் வைப்பார். அவ்வளவுதான். அவன் குணமடைந்துவிடுவான்.

இதுதான் காட்சி. மிக அற்புதமான காட்சி இது. காட்சியில் விசேஷம் ஒன்றுமில்லை. ஆனால் இயேசுவின் அளந்தெடுத்த மாதிரியான அசைவுகள்தான் இங்கே முக்கியம். அனைவரும் பதற்றத்துடன் இங்குமங்கும் ஓடிக்கொண்டிருக்கும்போது, ஒரு மனிதர் மட்டும் அசையாமல் நிற்கிறார். அவர் அசையும் போதுகூட மிக மிகக் குறைவாகவே, தேவைப்படும் அளவுக்கு மட்டுமே அசைக்கிறார். அவர் தொட்டவுடன் பைத்தியம் குணமடைகிறது. எவ்வளவு அழகான செய்தி அந்தக் காட்சியில் மறைந்திருக்கிறது தெரியுமா? சக்தியை விரயம் செய்யாமல் சேமித்துக் கொண்டே போனால் அது தேவைப்படும்போது, நமக்கும் மற்றவர்களுக்கும் பயன்படும். அதைப் புரிந்துகொண்டவர் இயேசு. சக்தியின் பிழம்பாக அவர் இருந்தார். ஆண்டவனின் அருள் அவருக்கு இருந்தாலும், தேவையில்லாமல் அவயவங்களை அசைத்து அவர் எதையும் வீணாக்கவில்லை. ஆண்டவனின் அருட்கொடைகளை முழுமையாகப் பெற்றுக் கொள்வதற்கு, அவர் தகுதியானவர் என்று நிரூபித்தார்.

நமக்கான செய்தி, அவருடைய அளவான அசைவுகளில் இருக்கிறது. உடலை எந்த அளவுக்கு, எவ்வளவு நேரம் அசைக்காமல் இருக்க முடியுமோ அந்த அளவுக்கு, அவ்வளவு நேரம் தெய்வத்தன்மையோடு நமக்குத் தொடர்பு ஏற்படும். ஆனால் நாள் முழுதும் நாம் இப்படி இருக்க முடியுமா? முடியாது. அது தேவையும் இல்லை. ஆனால் குறைந்தபட்சம் தியானம் செய்யும்போது, நாம் இந்த விதியைக் கடைப்பிடிக்க வேண்டும்.

அப்போதுதான் ஆல்ஃபா பயனளிக்கும்.

10. ஆல்ஃபா
தியானம்

ஆல்ஃபாவில் இருப்பதனால்தான், நாம் வெற்றி பெறுகிறோம். ஆல்ஃபாவைவிட்டு விலகுவதால் தோல்வியடைகிறோம்.

- ஹஸ்ரத்

மன அமைதி, முகத்திலும் கருத்திலும் தெளிவு, எதையும் செய்துவிடலாம் என்ற நம்பிக்கை, உற்சாகம், ஆரோக்கியம், அச்ச மின்மை, வெற்றி, மகிழ்ச்சி - இத்தனையையும் ஒரே சொல்லால் குறிக்க முடியுமா? இவை எல்லாவற்றையும் குறிக்கும், இவற்றுக்கு மேலும் அர்த்த பரிமாணங்க ளெடுக்கும் ஒரு சொல் உண்டா? உண்டு. அதுதான் ஆல்ஃபா.

நமது வாழ்க்கையில் மிகமிக முக்கியமான விஷயங்களான மூச்சு, காற்று, தண்ணீர், நெருப்பு, பூமி, ஆகாயம் இவற்றையெல் லாம் இலவசமாகக் கொடுத்திருக்கும் இறை வன், ஆல்ஃபா என்னும் அந்த அற்புதமான மனநிலையையும் நமக்கு இயற்கையாகவே, இலவசமாகவே கொடுத்துள்ளான். ஆனால் நம்முடைய அறிவால் அவற்றில் சிலவற்றை

இன்று நாம் பணம் கொடுத்துத்தான் பெற வேண்டிய கட்டாயத்தை உருவாக்கிவிட்டோம். நிலமும் நீரும் இலவசம் என்ற நிலையிலிருந்து பணம் கொடுத்துக் கஷ்டப்பட்டுப் பெற வேண்டிய விஷயங்களாகி விட்டன. காற்றுக்குக்கூட காசு கொடுக்க வேண்டிய சூழ்நிலை வந்துவிட்டது. எப்படி என்று யோசிக்கிறீர்களா? மருத்துவ மனையில் ஆக்சிஜன் சிலிண்டர் வைக்கிறார்களே, பணம் பெற்றுக் கொண்டுதானே கொடுக் கிறார்கள்? இப்போதைக்கு நெருப்பும், ஆகாயமும்தான் 'ஃப்ரீ'யாக உள்ளது. அதிலும் எப்போது கைவைக்கப் போகி றார்களோ!

இறைவன் நமக்கு அருட்கொடையாகக் கொடுத்த இவ்விஷயங் களின் வரிசையில் ஆல்ஃபாவும் ஒன்று. அந்த அற்புதமான மனநிலை நமக்குக் குறைந்தபட்சமாக இரண்டு தருணங்களில் வாய்க்கிறது. ஆனால் மிகமிகக் குறைந்த நேரத்துக்கே வாய்க் கிறது. நேரம் என்றுகூடச் சொல்ல முடியாத அளவுக்குக் குறுகிய கால அளவுக்கே அது வாய்க்கிறது. சில விநாடிகள் அல்லது 'நானோ'விநாடிகள்தான் என்று சொல்லலாம். அதுவும் நமக்குத் தெரியாமலே! ஆமாம்.

நாம் பகல் பூராவும் வேலை செய்து களைத்து இரவில் தூங்கு வதற்காகப் படுக்கையில் களைத்து விழுகிறோம். சிலர் படுத்த சில நிமிடங்களிலேயே குழந்தைகளைப்போல தூங்கிவிடு வார்கள். கொடுத்து வைத்தவர்கள். இத்தகையவர்களுக்கு ஆல்ஃபா தியானமும் ஆட்டோ சஜஷனும் வெகு விரைவாகக் கூடிவரும். பலருக்குக் கொஞ்ச நேரம் அல்லது அதிகமான நேரம் கழித்துத்தான் தூக்கம் வரும். எப்போது அது வந்தாலும் சரி, தூங்கும்போது நாம் தூங்குகிறோம் என்பது நமக்குத் தெரியாது. தூக்கம் வருவதுபோல் இருக்கும் நிலைவரைதான் விழிப்புணர்வு இருக்கும். பின் சட்டென ஒரு கணத்தில் அந்த விழிப்பு நிலை தூக்க நிலையாக மாறிவிடுகிறது. அந்த விழிப்பு நிலைக்கும் தூக்க நிலைக்கும் இடையில் ஒரு சின்ன இடைவெளி உள்ளது. ஒரு சில விநாடிகள். அல்லது சில 'நானோ' விநாடிகள். அந்த விநாடிகள்தான் ஆல்ஃபா நிலையாகும். அந்த நொடிகளில்தான் மூளையிலிருந்து புறப்படும் அதிர்வலைகள் 7-லிருந்து 14-வரையிலானதாக உள்ளது என விஞ்ஞானம் கூறுகிறது.

அதேபோல, காலையில் விழிக்கிறோம் அல்லவா, அதற்குச் சற்று முன்னும் ஆல்ஃபா வருகிறது. அதாவது கண்களைத்

திறந்து விட்டோம், விழித்துவிட்டோம் என்ற உணர்வுக்கு வந்துவிட்டோம் என்றாலே நாம் பீட்டாவுக்குள் நுழைந்துவிடுவோம். இரவு விழிப்பிலிருந்து தூக்கத்துக்குப் போனோமல்லவா அதைப்போல, காலையில் தூக்கத்திலிருந்து விழிப்புக்கு வருகிறோம். அதற்கு இடையிலும் சில கண நேர இடைவெளி வருகிறது. அதுவும் ஆல்ஃபாதான். ஆனால் இந்த ஆல்ஃபாவும் சில 'நானோ' விநாடிகள்தான்.

மிகக் குறைந்த கால இடைவெளிகளில் இந்த நிலை தோன்றுவதாலும், நமது விழிப்புணர்வு வேலை செய்யும் நேரத்துக்கு வெளியில் இவை நடப்பதாலும், இப்படி ஒரு நிலையைக் கடந்துதான் நாம் விழித்திருக்கிறோம் அல்லது தூங்கியிருக்கிறோம் என்பது நமக்குத் தெரியாமல் போய்விடுகிறது. அப்படியே தெரிந்தாலும் அதனால் எந்தப் பயனும் இல்லாமல் போய்விடுகிறது. மின்னல் வெட்டும்போது, அந்த ஒளியில் புத்தகம் படிக்க முடியுமா? அதுபோல.

இப்படி எந்தப் பயனுமில்லாத ஆல்ஃபா நமக்கு வந்தால் என்ன, வராவிட்டால் என்ன? சரிதான். இப்படி ஒரு ஆல்ஃபா நமக்கு வருவதும் ஒன்றுதான் வராமலிருப்பதும் ஒன்றுதான். ஆனால் ஓர் அற்புதமான சூழ்நிலை நமக்குள் வந்து போயிருக்கிறது. அதை விழிப்புணர்வு இருக்கும்போதே பெற முடியாதா? அந்தக் கணங்களை நிமிடங்களாகவும், நிமிடங்களை மணிகளாகவும் மாற்ற முடியாதா? முடிந்தால் எப்படி இருக்கும்? இதுதான் ஞானிகளின் தேட்டங்களில் ஒன்றாக இருந்தது. அவர்களின் தேட்டத்துக்கான பதிலையும் அவர்கள் விரைவிலேயே கண்டுபிடித்துவிட்டார்கள். ஆம், அதுதான் விழிப்புணர்வோடு இருக்கும்போதே ஆல்ஃபா நிலையை நம்மை நோக்கி இழுப்பது. இழுப்பது மட்டுமல்ல, அதைக் குறிப்பிட்ட நேரம் வரை நம்மிடமே வைத்திருப்பது. வைத்திருப்பது மட்டுமல்ல, அப்படி வைத்திருக்கும்போது நமக்கு வேண்டிய வேலைகளை அதை வைத்து முடித்துக் கொள்வது. ஆஹா, அற்புதம் என்று தோன்றுகிறதல்லவா? உண்மைதான். அந்த அற்புதமான காரியத்தை எப்படிச் செய்வது என்றுதான் நாம் இந்த அத்தியாயத்தில் பார்க்க இருக்கிறோம்.

முந்திய அத்தியாயங்களில் பேசப்பட்ட அமைதியான மூச்சோட்டம், மனத்தை ஒரு புள்ளியில் வைத்தல், ஆட்டோ சஜஷன், கற்பனை போன்ற விஷயங்களை மறுபடியும் நினைவு

கூரவும். ஆல்ஃபா பயிற்சி கீழே கொடுக்கப்படுகிறது. இது ஒரு 20 நிமிடப் பயிற்சி. 'இருபது நிமிட ஞானம்' என்று இதற்கு ஒரு பெயருண்டு! ஆம். முறைப்படி செய்தால், யார் வேண்டு மானாலும், வேண்டும்போதெல்லாம் ஆல்ஃபாவுக்குள் போய் அங்கேயே இருபது நிமிடங்கள் இருக்கலாம்! ஆனால் இருபது நிமிடங்கள் கழித்த பிறகு, எந்த விழிப்புணர்வுடன் ஆல்ஃபாவுக் குள் நுழைந்தோமோ அதே விழிப்புணர்வுடன் அதைவிட்டு வெளியில் வர வேண்டும். பீட்டாவுக்கு. ஆம். ஏனெனில், நாம் யாருக்கும், எதற்கும் அடிமையல்ல என்று காட்ட. ஆல்ஃபா வுக்கும் நாம் அடிமையல்ல. அதுதான் நமக்கடிமை. ஆம். மனிதனுக்காகத்தான் ஆல்ஃபா. ஆல்ஃபாவுக்காக மனிதனல்ல. இதை மறக்காமல் மனத்தில் நிறுத்திக் கொள்ள வேண்டும்.

பயிற்சி

1. குறிப்பிட்ட இடம்

முதலில் ஆல்ஃபா பயிற்சிக்கென ஒரு தனி இடத்தைத் தேர்வு செய்துகொள்ள வேண்டும். அது சுத்தமான இடமாக இருக்க வேண்டும். உங்களை யாரும் வந்து தொந்தரவு செய்யக்கூடிய இடமாக இருக்கக் கூடாது. காற்றோட்டமான அறையாக இருக்கலாம். அல்லது திறந்த வெளியாகவும் இருக்கலாம். ஆனால் நீங்கள் ஏதோ பயிற்சியில் ஈடுபட்டிருக்கிறீர்கள் என்று மக்களுக்கு விளம்பரம் போட்டுக் காட்டக்கூடிய இடமாக இருக்கக் கூடாது. முடிந்தவரை ரகசியமான இடமாக இருப்பது நல்லது. உங்கள் மனைவி, கணவன் போன்ற தவிர்க்க முடியாத உறவுகளுக்குத் தெரியலாம். அதுவும் வேறு வழியில்லாத தால்தான் இப்படிச் சொல்கிறேன். வெளியூருக்குப் போனால் என்ன செய்வது போன்ற எதிர் மறையான கேள்விகளைக் கேட்டு குழம்பிக் கொண்டிருக்கக் கூடாது. தவிர்க்க முடியாமல் வெளி யூருக்குப் போனால் அன்றைக்கு மட்டும் உங்களை நீங்கள் மன்னித்துக் கொள்ளலாம். ஆனால் இப்படி மன்னித்துக் கொள் வதையே ஒரு பழக்கமாக ஆக்கிவிடக் கூடாது.

2. குறிப்பிட்ட நேரம்

இந்தத் தியானத்துக்கென ஒரு குறிப்பிட்ட நேரத்தைத் தேர்ந் தெடுத்துக் கொள்ள வேண்டும். இடத்தைப்போல இதுவும் முக்கியமானது. அது காலை, மாலை, இரவு எந்த நேரமாக

வேண்டுமானாலும் இருக்கலாம். அதிகாலையாகவோ, இரவு பதினொரு மணிக்கு மேலோ இருந்தால் ரொம்ப நல்லது. எனக்கு உகந்த நேரம் அதுதான். அதற்காகப் பகலில் செய்யக் கூடாதா என்றால், அப்படியெல்லாம் இல்லை. எந்த நேரத்திலும் செய்யலாம். ஆனால் அதே நேரத்தில்தான் தினமும் செய்ய வேண்டும். ஏதாவது ஒரு நாள் இடம் தவறிப் போனால்கூட, நேரம் தவறாமல் பார்த்துக்கொள்ள வேண்டும். ஏனெனில் சிந்திப்பது, படிப்பது உள்பட, எந்தப் பயிற்சியையுமே குறிப்பிட்ட நேரத்திலும் குறிப்பிட்ட இடத்திலும் செய்தால், அங்கே கண்ணுக்குத் தெரியாத ஓர் ஆற்றல் கிளம்பி வியாபித்து நிற்கும். அந்த இடத்துக்குப் போகும்போதெல்லாம் அந்த வேலையின் அதிர்வுகள் நம்மைச் சூழ்ந்து அதே வேலையைத் தவிர வேறு எதையும் செய்ய விடாது. சென்னை தேவநேயப் பாவாணர் நூல் நிலையத்துக்குப் போய் படிக்க உட்காரும் யாருக்கும் கொஞ்ச நேரத்தில் தூக்கமோ, குறைந்த பட்சம் கொட்டாவியோ வருவது மாதிரி. நாளாக நாளாக நாம் அந்த வேலையைச் செய்ய வேண்டியுள்ளதே என்ற நிலை மாறி, அந்த வேலையை எளிதாக நம்மால் செய்ய முடியும்.

3. உடலைத் தூய்மைப் படுத்திக் கொள்ளுதல்

பயிற்சியைத் தொடங்குவதற்கு முன் குளிப்பது நல்லது. (என்ன, ஆல்ஃபாவே வேண்டாம் என்ற முடிவுக்கு வந்துவிட்டீர்களா)? ஏனெனில் குளியல் ஓர் அருமையான ரிலாக்சேஷனாக இருக்கிறது. ஆனால் குளிப்பதற்கு உகந்த நேரமாக இல்லையென்றால், அல்லது விருப்பம் இல்லையெனில் குறைந்தபட்சம் முகம், கை, கால்களைக் கழுவிக் கொள்ள வேண்டும். (இதற்கும் விருப்பம் இல்லை என்று சொல்ல மாட்டீர்கள் என்று நம்புகிறேன்).

4. உடை

உடலின் எந்த இடத்திலும் இறுக்காத தளர்ச்சியான உடை அணிந்திருக்க வேண்டும். உள்ளாடைகள் தேவையில்லை. (ரொம்ப சந்தோஷம் என்று நீங்கள் சொல்வது என் காதில் விழுகிறது)!

5. நேராக அமர வேண்டும்

பத்மாசனம் போன்ற எந்தப் பிரத்தியேக இருக்கை நிலையும் தேவையில்லை. கால்களை சம்மணம் கொட்டி உட்கார்ந்தால்

போதும். தரையில் உட்கார வேண்டாம். கீழே மெத்தை இருந்தால் வசதி. இலவம் பஞ்சு மெத்தை வேண்டாம். அது நாளாக நாளாகச் சுருங்கி அங்கங்கே கட்டிதட்டிப் போய்விடும். கர்லான் போன்ற மெத்தையாக இருந்தால் நல்லது. மெத்தை போட வசதி இல்லாதவர்கள் விரிப்பை மடித்துப் போட்டு உட்காரலாம். தரையில் உட்கார்ந்தால் என்ன என்கிறீர்களா? ஒன்றுமில்லை, கொஞ்ச நேரமானவுடன் பிருஷ்டங்கள், அதன் எலும்புகள் ஆகியவை தரையில் பட்டு உறுத்த ஆரம்பிக்கும். அது டென்ஷனை ஏற்படுத்திவிடும். அந்த டென்ஷன் இருக்கும் அளவுக்கு ஆல்ஃபாவின் நன்மை கெட்டுப் போகும்.

நேராக என்றால் முறுக்காக அட்டேன்ஷனில் அல்ல. நேராகத் தான் இருக்கிறோம் என்ற உணர்வு உங்களுக்கே வரும் அளவுக்கு நேராக இருந்தால் போதும்.

6. கண்களை மூடிக்கொள்ள வேண்டும்

ஆரம்பத்தில் கண்களை மூடிக்கொண்டுதான் பயிற்சியை ஆரம்பிக்க வேண்டும். இதில் நன்கு முன்னேற்றமடைந்த பிறகு, கண்களைத் திறந்து கொண்டே பயிற்சியைச் செய்யலாம். அப்படித்தான் செய்ய வேண்டும். ஆனால் தொடக்க நிலையில் உள்ளவர்கள், கண்களைத் திறந்து கொண்டே செய்யுங்கள் என்றால், செய்து பார்த்துவிட்டு இது நமக்குச் சரிப்பட்டு வராது என்று நினைத்து விட்டுவிடலாம். எனவே, கண்களை மூடிக் கொள்ளவும். இறுக்கமாக அல்ல. சாதாரணமாக. எந்தக் காரியத்தையுமே இந்தப் பயிற்சியின்போது தளர்ச்சியான நிலையில்தான் செய்யவேண்டும்.

7. மூச்சு

பத்து முறை மூச்சைக் கவனித்து இழுத்து விடவேண்டும். அதாவது, இதற்கென பிரத்தியேகமாக ஆழமாக மூச்சை மூச்சுத் திணறுமாறு இழுத்து விடவேண்டிய அவசியமில்லை. சாதாரண மாக மூச்சு வந்து போய்க்கொண்டுதானே இருக்கிறது? அது உள்ளே போவதையும் வெளியே வருவதையும் கவனித்து செய்ய வேண்டும். ஒரு முறை உள்ளே போய், வெளியே வந்தவுடன் அதை ஒன்று என்று எண்ண வேண்டும். இப்படியாக பத்து மூச்சுக்களை உள்ளே போகும் போதும், வெளியே வரும்போதும் கவனித்து, எண்ணிக்கொண்டே விடவேண்டும். இப்படி

விடும்போது, மூச்சு தானாகவே ஆழமாகிக் கொள்ளும். அதை ஆழமாக்குவதற்காக, நாம் தனியாக எதுவும் செய்ய வேண்டிய தில்லை. போகப்போக, ஆழமான மூச்சு பழக்கமாகிவிடும்.

8. ஐம்புலனுணர்வு

பார்த்தல், கேட்டல், முகர்தல், சுவைத்தல், தொடு உணர்ச்சி ஆகிய ஐம்புலனுணர்வுகளைக் கவனிக்க வேண்டும். நம் உடல் எந்தெந்த இடங்களில் பட்டுக் கொண்டும் தொட்டுக் கொண்டும் இருக்கிறது, ஏதாவது சுவை வாயில் தெரிகிறதா, ஏதாகிலும் மணம் மூக்குக்குத் தெரிகிறதா, மூடியிருக்கும் கண்ணுக்குள் என்ன தெரிகிறது, என்னென்ன சத்தங்கள் கேட்கின்றன - இப்படிக் கொஞ்ச நேரம் கவனிக்க வேண்டும்.

9. தலைமுதல் கால்வரை தளர்ச்சியுறச் செய்தல்

இப்போது தலையில் தொடங்க வேண்டும். கண்களை மூடிக் கொண்டிருக்கிறோமல்லவா? கற்பனையில், மனத்தால் நம்மை நாமே பார்த்துக் கொள்ள வேண்டும். நம் தலை தளர்ச்சியாக - ரிலாக்ஸ்டாக - இருக்கிறதா என்று கவனிக்க வேண்டும். அப்படி கவனிக்கும்போதே அந்தப் பகுதி முழுவதும் தளர்ச்சியடைந்து விடும். இப்போது என் தலை முழுதுமாகத் தளர்ச்சியடைந்து விட்டது என்று நினைத்துக் கொள்ள வேண்டும் அல்லது நமக்கு நாமே மனத்துக்குள் சொல்லிக்கொள்ள வேண்டும்.

இதேபோல, தலை முடி, நெற்றி, புருவம், புருவ மத்தி, கண்கள், செவிகள், கண்ணம், நாசி, உதடு, வாய், கழுத்து, கைகள், மார்பு, வயிறு, தொடை, கால்கள், பாதங்கள், அவற்றின் மேல் கீழ் பகுதிகள் என உடலின் ஒவ்வொரு உறுப்பாக, ஒவ்வொரு பாகமாகக் கவனித்து அது தளர்ச்சியடைந்துவிட்டது என்று எண்ணிக்கொள்ள வேண்டும். அப்படிச் செய்யும்போதே அவை தளர்ச்சியடைந்துவிடும். இதனுடன் ஆல்ஃபாவின் முதல் கட்டம் தாண்டப் படுகிறது. நம் உடலை முற்றிலுமாகத் தளர்ச்சியடைய வைத்து விடுகிறோம். உடல் தளர்ந்த நிலையில் இருக்கிறது. இந்த நிலை மனத்தையும் தளர்ந்த நிலைக்குக் கொண்டு செல்வதற்கு மிகமிக முக்கியமானது. (எவ்வளவுதான் விளக்கமாக ஒரு நூலில் எடுத்துச் சொன்னாலும், ஒரு வழிகாட்டியால் நேரடியாக சொல்லித் தரப்படுவதற்கு ஈடாக எதுவும் ஆகாது. எனவே, ஒரு 'ரெடி ரெக்கனர்' மாதிரிதான் இந்த

நூல். நான் நேரடியாகச் சொல்லித் தந்தபிறகும் சந்தேகம் ஏற்பட்டால் தீர்த்துக்கொள்ள இந்தக் குறிப்புகள் போது மானவை).

10. உயரமான இடமும் வெற்றுச் சாலையும்

இப்போது நாம் ஆல்ஃபாவின் இரண்டாவது கட்டத்தில் இருக் கிறோம். கண்களை மூடி, உடலை அசைக்காமல் நேராக அமர்ந்து, பத்து மூச்சுக்களை கவனித்து விட்டு, ஐம்புலனுணர்வு களை கவனித்து, தலை முதல் கால்வரை உற்று நோக்கி முழு உடம்பையும் ரிலாக்ஸ் செய்துவிட்டடலே நாம் ஆல்ஃபாவில் இருப்போம். அதை இன்னும் ஆழப்படுத்த வேண்டிய கட்டத்தில் இப்போது நாம் இருக்கிறோம். அதற்காகத்தான் இந்தப் பயிற்சி.

உயரமான ஓர் இடத்தில் நீங்கள் நிற்கிறீர்கள். உங்கள் வீட்டு அல்லது நண்பர்கள் வீட்டு மொட்டை மாடியாகவோ அல்லது வேறு ஏதாவதொரு உயரமான இடமாகவோ இருக்கலாம். இப்போது நீங்கள் கீழே குனிந்து பார்க்கிறீர்கள். கீழே சாலை தெரிகிறது. சாலையைக் குறுக்கே கடந்து செல்லத் துடிக்கும் மக்களும், அவர்களை நகரவிடாமல் செய்யும் பைக்குகள், ஆட்டோக்கள், கார்கள், பஸ்கள், லாரிகள் என்று சாலையே ட்ராஃபிக் ஜாம் ஆகி ஸ்தம்பித்து நிற்கிறது. நீங்கள் அதை யெல்லாம் உற்றுக் கவனித்துக் கொண்டிருக்கிறீர்கள். நீங்கள் கவனிக்க கவனிக்க, போக்குவரத்து குறைந்துகொண்டே போகிறது. ஒரு கட்டத்தில் சாலையில் எதுவுமே இல்லை. மேலே இருந்து சாலையை கவனிக்கும் நீங்களும் காலியான சாலையும் தான் இருக்கிறீர்கள்.

இப்படிக் கற்பனை செய்ய வேண்டும். கற்பனை பற்றி ஏற்கெனவே சொன்னதை ஞாபகப்படுத்திக் கொள்ளுங்கள். இது வெறும் கற்பனையல்ல. ஆல்ஃபாவில் செய்யும் கற்பனை. இது மிகவும் சக்தி வாய்ந்தது.

இப்போது நீங்கள் பார்த்த வெற்றுச் சாலைதான் உங்கள் மனம். எண்ணங்களால் திக்குமுக்காடிக் கொண்டிருந்த சாலையைப் போலிருந்த உங்கள் மனத்தில் இருந்த தேவையில்லாத குப்பை களையெல்லாம் இப்போது நீக்கியாச்சு. மனம் இப்போது வெறுமையாகிவிட்டது. அதை நீங்களே கவனித்துக் கொண் டிருக்கிறீர்கள். இப்போது எண்ணங்களற்ற உங்கள் மனமும் நீங்களும் மட்டும்தான் இருக்கிறீர்கள்.

11. சந்தோஷமான நினைவுகள்

இப்போது நீங்கள் உங்கள் வாழ்க்கையில் நடந்த ஏதாவதொரு சந்தோஷமான விஷயத்தைப் பற்றி நினைக்க வேண்டும். அது ஒரு பாடலாக இருந்தால் அதை மீண்டும் நீங்கள் பாடியோ (மனத்தால்தான்) அல்லது கேட்டோ பார்க்க வேண்டும். அது ஒரு இசையாக இருந்தால் அதை நீங்கள் மறுபடியும் வாசித்தோ அல்லது கேட்டோ பார்க்க வேண்டும். அது ஓர் இடமாக இருந்தால் அந்த இடத்துக்கு நீங்கள் மறுபடியும் சென்று பார்க்க வேண்டும். அது ஒரு கடற்கரையாக இருந்தால் மீண்டும் அங்கே செல்ல வேண்டும். கடற்கரை மணலில் அமர்ந்து அதை உணர வேண்டும். அலைகளின் ஆர்ப்பரிப்பைக் கேட்டு மகிழ வேண்டும். உங்கள் மீது வீசும் தென்றல் காற்றை மறுபடியும் விழச்செய்து அனுபவிக்கவேண்டும். மீண்டும் சுண்டல் இத்யாதி களை வாங்கி சுவைத்துப் பார்க்கவேண்டும். நண்பர்களோடோ, காதலியோடோ போயிருந்தால் அந்த இன்பமான அனுபவத்தை மீண்டும் பெற வேண்டும். அது ஒரு சாப்பாடாக இருந்தால் அதை மீண்டும் சுவைத்து சாப்பிட்டுப் பார்க்க வேண்டும். அது ஓர் ஆடையாக இருந்தால் அதை மீண்டும் அணிந்து அழகு பார்க்க வேண்டும். இப்படி அந்த அனுபவம் எதுவாக இருந்தாலும் அதை மீண்டும் அனுபவித்துப் பார்க்க வேண்டும்.

எல்லாவற்றையுமே கற்பனையால்தான் செய்ய வேண்டும்.

12. ஆசை நிறைவேறுகிறது

இப்போது உங்கள் ஆல்ஃபா மிகமிக ஆழமாக இருக்கும். இதுதான் சரியான தருணம். காலி செய்த மனத்தை அப்படியே விட்டுவிடக் கூடாது. விட்டுவிட்டால் மறுபடியும் தேவை யில்லாத குப்பைகள் வந்து சேர்ந்துவிடும். முழு வெற்றிடத்தில் காற்று உள்ளே புகுந்து உடைக்க அல்லது நசுக்க முயல்வது போல. எனவே, இப்போது நமக்குத் தேவையானதை மட்டும் மனத்தில் போடவேண்டும். இது சாதரண மனமல்ல. ஆழ்மனம். ஆம். இப்போது நீங்கள் உங்களுக்கு வேண்டியதை ஆழ்மனத்தில் போடப்போகிறீர்கள்.

இப்போது எதைப் போடுவது என்ற குழப்பம் வருகிறதா? எத்தனையோ ஆசைகள் இருக்கின்றன, அதில் எதைப் போடுவது? குழப்பமே வேண்டாம். எது முக்கியத்துவத்தில்

முதலிடத்தில் இருக்கிறதோ அதுதான். உதாரணமாக நீங்கள் வேலையில்லாமல், சம்பாத்தியமில்லாமல் இருக்கிறீர்கள். அதேசமயம் காதல் செய்து கொண்டும் இருக்கிறீர்கள். இப்போது காதல் நிறைவேற வேண்டுமா அல்லது வேலை கிடைக்க வேண்டுமா, எது முக்கியம்? உங்களுக்குக் காதல் முக்கியமாக இருக்கலாம். ஆனால் உண்மையில் வேலைதான் முக்கியம். ஏனெனில் வேலை கிடைத்தால் பணத்தோடு காதலியையும் எளிதாகச் சம்பாதித்துவிடலாம். ஏனெனில் சம்பாதிக்கும் பையனுக்கு தன் பெண்ணைக் கொடுப்பதற்குத்தானே எல்லாப் பெற்றோரும் விரும்புவார்கள்? இல்லை, எனக்குக் காதல் போதும் வேலை வேண்டாம் என்று உணர்ச்சிபூர்வமாக நீங்கள் முடிவெடுத்தால், அதுவே ஆல்ஃபாவை கெடுத்துவிடும்.

அப்படியானால், நான் சொல்கின்ற முடிவைத்தான் நீங்கள் எடுக்க வேண்டுமா என்றால் அப்படியல்ல. வேண்டுமென்றே தான் நான், ஆல்ஃபாவின் தன்மை பற்றி தெளிவாக விளக்கு வதற்காக உணர்ச்சி கலந்த ஓர் உதாரணத்தைக் கொடுத்தேன். நீங்கள் உண்மையிலேயே ஆல்ஃபாவில் இருக்கும்போது உணர்ச்சி கலந்த எந்த முடிவுகளையும் எடுக்கவே மாட்டீர்கள். எடுக்கவும் முடியாது. அப்படி எடுத்தால் பயிற்சி சரியாக வரவில்லை, நீங்கள் ஆல்ஃபாவில் இல்லை என்று அர்த்தம்.

எனவே, காதலியா, வேலையா என்ற இரண்டு விஷயத்தையும் பற்றி அந்த நேரத்தில் நீங்கள் யோசிப்பீர்களேயானால், தயக்க மின்றி வேலைதான் என்ற முடிவுக்கு நீங்கள் வந்துவிடுவீர்கள். ஒரு சில கட்டங்களில், பல பிரச்னைகள் இருந்தாலும், ஒரு பிரச்னையைத் தீர்ப்பதன் மூலம் அது தொடர்பான பல உப பிரச்னைகள் தாமாகவே தீர்ந்து போகும்.

இப்போது வேலை கிடைக்கும் பிரச்னையை நீங்கள் எடுத்துக் கொள்வதாக வைத்துக் கொள்வோம். (வேலை கிடைக்கும் பிரச்னையா, வேலை கிடைக்காததுதானே பிரச்னை என்று நீங்கள் கேட்பது என் காதில் விழத்தான் செய்கிறது. வார்த்தை களின் பின்னால் அலைய வேண்டாம். சொல்வதை மட்டும் சரியாகப் புரிந்து கொள்ளுங்கள்).

உங்கள் தகுதிக்கு ஏற்ப என்ன வேலை வேண்டும் என்று நீங்கள் நினைக்கிறீர்களோ அந்த வேலை கிடைக்கும் என்று நினைக்கக் கூடாது. ஆமாம். கிடைக்கும், செய்வேன், முடிப்பேன், நடக்கும்

என்றெல்லாம் எதிர்காலத்தை நோக்கிய சஜஷன்கள் எதுவும் இருக்கக் கூடாது. எல்லாமே நிகழ்காலத்தில் நடக்க வேண்டும். ஆம். இப்போது உங்களுக்கு வேலை கிடைத்து விட்டது. நீங்கள் உங்கள் அலுவலகத்துக்கு, கல்லூரிக்கு, மருத்துவமனைக்கு (டாக்டராகத்தான்) - இப்படி எங்கே செல்வீர்களோ அங்கே சென்று கொண்டிருக்கிறீர்கள். வேலை செய்கின்றீர்கள். எல்லோரும் உங்கள் பணியைப் பாராட்டுகிறார்கள். சம்பளம் வாங்குகிறீர்கள். உங்களுக்கும் குடும்பத்துக்கும் தாராளமாகச் செலவு செய்கின்றீர்கள். இப்படி வேலை கிடைத்துவிட்டால் என்னென்னவெல்லாம் செய்வீர்களோ அதெல்லாம் நடப்பதாகக் கற்பனை செய்ய வேண்டும்.

இதுதான் முக்கியம். நீங்கள் வேலை செய்வதை வீடியோ எடுத்து அதை நீங்கள் போட்டுப் பார்த்தால் எப்படி இருக்கும்? அதைப் போல ஒரு வீடியோவை அல்லது சினிமாவை நீங்கள் உங்கள் மனத்திரையில் ஓட்ட வேண்டும். (சினிமாப் பாருங்கள் என்ற கற்பனை பற்றிய அத்தியாயத்தை நினைவு கூரவும்). இதுதான் நீங்கள் செய்ய வேண்டியது.

உங்கள் ஆசை எதுவாக இருந்தாலும் அது நிறைவேறுவதை நீங்கள் மனத்திரையில் பார்க்க வேண்டும். அவ்வளவுதான். சின்னச் சின்ன அல்லது பெரிய பெரிய ஆசைகள் நிறைய இருந்தால், நான் ஏற்கெனவே சொன்னதுபோல, முக்கியமான ஒன்றை மட்டும் எடுத்து சினிமா ஓட்டவேண்டும்.

நிறையப் பணம் வேண்டுமென்று ஆசைப்பட்டால் பணத்தை 1000 ரூபாய்களாக, 500 ரூபாய்களாகக் கற்பனைத் திரையில் பாருங்கள் என்று சொல்வார்கள். அது வேண்டாம். அப்படிச் செய்யாதீர்கள். பணத்தை எந்தக் காலத்திலும் குவிமையப்படுத்த வேண்டாம். பணம் எதற்கு? ஏதாவது ஒரு செயலை முடிப்பதற்கு அல்லது பொருளை வாங்குவதற்குத்தானே? உதாரணமாக, ஐந்து லட்ச ரூபாய் வேண்டும் என்று வைத்துக் கொள்ளுங்கள். ஏன்? ஒரு கார் வாங்க. அப்படியானால் அந்த ஐந்து லட்சத்தையும் பணமாக நீங்கள் உங்கள் ஆழ்மனத்துக்குக் கொண்டு செல்ல வேண்டிய அவசியமில்லை. அதற்கு பதிலாக காரைக்கொண்டு செல்லுங்கள். என்ன கார், எந்த கம்பெனி, என்ன நிறம் என்பதி லெல்லாம் தெளிவாக இருங்கள். ஃபோர்டு ஐகான் கார், கறுப்பு நிறம், ஏசி, பவர் விண்டோஸ், பவர் ஸ்டியரிங், ரிமோட், சைல்டு லாக்குடன் என்று தெளிவாகச் சொல்லுங்கள். இப்படி ஒரு காரில்

ஏறி அதை ஓட்டிப் பாருங்கள். உங்களுக்கு ட்ரைவிங் தெரியா விட்டால் தெனாவெட்டாகப் பின் இருக்கையில் உட்கார்ந்து சவாரி மட்டும் செய்து பாருங்கள். (அப்ப காரை யார் ஓட்டுவது என்று கேட்க மாட்டீர்கள் என்று நம்புகிறேன்). இப்படி ஒரு கற்பனையை மனம் வெறுமையாக இருக்கும் அந்த நேரத்தில் வையுங்கள். கொஞ்ச நாளில் அல்லது சில மாதங்களில் நீங்கள் நினைத்த மாதிரியான ஒரு காருக்கு நீங்கள் சொந்தக்காரராக ஆகிவிடுவீர்கள். பிறகு அடுத்த ஆசையை வைத்துக் கொள்ளலாம்.

ஆரோக்கியம் தொடர்பான கற்பனையையும் ஆல்ஃபாவில் வைக்கலாம். வைக்கவேண்டும். வெகு நாட்களாக நீங்கள் ஏதாவது ஒரு நோயின் அல்லது உடல் உபாதையின் பொருட்டு கஷ்டப்பட்டுக் கொண்டிருப்பவராக இருந்தால், அந்தக் கஷ்டம் நீங்கி ஆரோக்கியமாக நடமாடுவதாகக் கற்பனை செய்யுங்கள்.

இப்படியாக உங்களுக்கும் அடுத்தவருக்கு நல்லது செய்யும் எதையும் நீங்கள் கற்பனை செய்யலாம். ஆனால் ஒரு நாளைக்கு ஒரு கற்பனை என்று மாற்றிக் கொண்டே இருக்கக் கூடாது. ஒரு கற்பனை நிஜமாகும் வரை செய்ய வேண்டும். அப்படி நீங்கள் கற்பனை செய்கின்ற காரியம் சின்ன காரியம் அல்லது பெரிய காரியம் என்று ஏற்கெனவே நீங்கள் நினைத்து வைத்திருக்கும் சரியான அல்லது தவறான எண்ணத்தைப் பொறுத்து, ஆசை விரைவிலேயோ அல்லது கொஞ்ச காலம் கழித்தோ நிறை வேறும்.

இப்படி நான் சொல்வதற்கு ஒரு காரணம் உண்டு. கொடுப்பவன் இறைவன். அவனைப் பொறுத்தவரை சின்ன காரியம் பெரிய காரியம் என்ற பிரிவுகளெல்லாம் கிடையாது. அவனுக்கு எல்லாமே சின்ன காரியம்தான். அல்லது எதுவுமே ஒரு காரியமே அல்ல. நாம்தான் இது சின்னது, இது பெரியது, இது எளிதானது, இது கடினமானது என்றெல்லாம் எல்லைகளை வகுத்து நம்மை நாமே சுருக்கி வைத்திருக்கிறோம். ஆல்ஃபாவில் பொறுப்பை நம்மைவிட பெரிய ஆற்றலிடம் விடும்போது, நாம் ஏற்கெனவே வகுத்து வைத்திருக்கும் எல்லைகளோடே கொண்டு போக வேண்டிய அவசியம் இல்லை. அவற்றை ஆல்ஃபா பார்த்துக் கொள்ளும். ஆனால் உங்களையறியாமல் ஏற்கெனவே நீங்கள் ஆழ்மனத்தில் இந்த எல்லைகளைப் போட்டு வைத்திருந்தால், - நிச்சயம் போட்டு வைத்திருப்பீர்கள் - அதற்குத் தகுந்த மாதிரி விரைவிலோ தாமதமாகவோ காரியம் முடியும்.

13. வெள்ளை, பச்சை, தங்க ஒளிகள்

இந்தக் கட்டத்தில் ஒரு வெள்ளை ஒளி வானிலிருந்து புறப்பட்டு, உங்களை நோக்கி வந்து உங்கள் மீது இறங்குவதாகக் கற்பனை செய்யுங்கள். அது ஆன்மிகமாகும். அந்த ஒளிக்குள் கொஞ்ச நேரம் நீங்கள் மூழ்கி இருங்கள். உங்கள் முன்னும், பின்னும், உங்களுக்கு மேலேயும் கீழேயும், உங்களைச் சுற்றியும் அந்த ஒளிதான் இருக்கிறது என்று கற்பனை செய்யுங்கள்.

பின் இதேபோல, பச்சை ஒளியைக் கற்பனை செய்யுங்கள். அது ஆரோக்கியத்தைக் குறிக்கும்.

பின் தங்க ஒளியைக் கற்பனை செய்யுங்கள். அது செல்வத்தைக் குறிக்கும். செல்வம் என்பது பணம் மட்டுமல்ல. பணம், பதவி, செல்வாக்கு, குடும்ப மகிழ்ச்சி, குழந்தைகள் எல்லாவற்றையும் குறிக்கும். (இது பற்றி நேரில் நான் விரிவாகச் சொல்வேன்).

14. பத்திலிருந்து ஒன்று வரை

முதலில் செய்த மாதிரி பத்து மூச்சுக்களை நிதானமாக, ஆழமாக, அவசரமில்லாமல் இழுத்து விட்டு எண்ணிக்கொள்ளவும். பின்பு, பத்திலிருந்து ஒன்று வரை எண்ணவும். பத்து, ஒன்பது, எட்டு என. ஒன்று என்று சொன்ன பிறகு, மெல்லக் கண்களைத் திறந்து பயிற்சியை முடித்துக் கொள்ளவும்.

பயிற்சியை ஆரம்பிப்பதற்கு முன் கடிகாரத்தில் மணி பார்த்துக் கொள்ளவும். முடித்த பிறகு பார்க்கவும். இருபது நிமிடங்கள் ஆகியிருக்க வேண்டும். அதற்குக் குறைவாக இருந்தால் அதற்குத் தகுந்த மாதிரி அடுத்த முறை செய்யும்போது, ஏதாவது ஒரு நிலையில் நேரத்தைக் கூட்டிக்கொள்ளவும். நாளாக ஆக, சரியாக 20 நிமிடங்களில் முடிந்துவிடும். இருபதுக்கு மேலே போனால் பரவாயில்லை. ஆனால் இருபதுக்குக் குறையக் கூடாது. இருபது நிமிடங்களில் அல்லது அதற்கு மேலே போனவுடன் கண்களைத் திறக்க முடிந்தாலே ஆல்ஃபா சரியாக வந்திருக்கிறது என்றுதான் பொருள்.

ஆல்ஃபா செய்த பிறகு முக்கியமான விஷயம் அதை மறந்து விடுவதுதான். செய்து முடித்து எழுந்த பிறகு, எப்போதும்போல சாதாரண மனிதனாகிவிட வேண்டும். அதைப் பற்றியே நினைத்துக் கொண்டிருக்கக் கூடாது.

இந்தப் பயிற்சியை ஒவ்வொரு நாளும் அல்லது வாரத்தில் வியாழன், வெள்ளி, ஞாயிறு ஆகிய மூன்று நாட்களாவது செய்ய வேண்டும். இதன் பலன்கள் முழுமையாகக் கிடைப்பதற்குக் குறைந்தது மூன்றரை மாதங்கள் செய்ய வேண்டும். தினமும் செய்தால் மூன்றரை மாதங்கள். வாரத்தில் மூன்று நாட்கள் மட்டும் செய்தால் எத்தனை மாதங்கள் என்று நீங்களே கணக்குப் போட்டுப் பார்த்துக் கொள்ளுங்கள்.

நேரில் நான் பயிற்சி கொடுக்கும்போது, மூன்றரை மாதங்கள் கழித்து, நினைத்தவுடன் ஆல்ஃபாவுக்குப் போவதற்கான சாவி ஒன்று கொடுப்பேன். அதை நீங்கள் என் அனுமதியின்றி யாருக் கும் கொடுக்கக் கூடாது. கொடுத்தாலும் வேலை செய்யாது. (இது ஞானபரம்பரையின் குரு சிஷ்ய ரகசியம்). அதனால் அதை இங்கே சொல்ல முடியாது.

ஆல்ஃபா தியானம் பற்றிய சிறு குறிப்புதான் இந்த நூல். இதை வைத்துக் கொண்டு ஆல்ஃபா செய்தாலும் பயனுண்டு. ஆனால் நேரில் என்னிடமோ அல்லது தகுதியானவர்களிடமோ கேட்டுச் செய்வதுதான் முழு பலனைக் கொடுக்கும்.